I'll Stay In Love With You

By: Celestina Archangel

Unang kita pa lamang ni Nathan sa malaking billboard ni Alexa sa Edsa ay nabighani na siya sa kagandahan ng babae. Pakiramdam niya ay ang babae na ang matagal na niyang hinahanap na soulmate.

Sa hindi inaasahang pagkakataon ay nagkita sila ng dalaga nang muntikan na niyang mabangga ang sinasakyan nitong Ducati bike. At nang magkamalay na ito sa ospital na pinagdalhan niya ay nakaramdam siya ng pag-asa na may patutunguhan ang paghanga niya sa dalaga. Ngunit nagkamali siya sa inaakala sapagkat engaged na pala ito sa lalaking pinili ng ama nito.

Aasa pa ba siya o tuluyan na niyang kakalimutan ang pag-ibig niya para kay Alexa?

D9900085

Chapter 1

"GOOD morning, sweetheart!"

Bati ni Nathan sa babaeng na nasa larawan sa bedside table niya. "Did you dream of me last night, hmm?" Patuloy pang sabi nito sabay halik sa larawan. Napangiti siya sa kanyang ginawa at nagpasyang bumangon na upang makapaghanda sa pagpasok sa opisina.

"Liligo lang ako, sweetheart." Aniya at tuluyan na siyang pumasok sa banyo.

HABANG naliligo ay gumagana ang imahinasyon niya tungkol sa babaeng nasa sa larawan at hindi niya maiwasang matawa sa kanyang sarili.

"God, obsessed na 'ata ako sa babaeng 'yon! I only see her when I am driving along Edsa and I never met her in person. Nababaliw na 'ata ako!"

Napapailing na lang siya sa tinuran niya at tinapos na niya ang kanyang paliligo.

"Hay, Nathan Samaniego, nasa sa iyo na ang lahat pero bakit parang may kulang pa rin. CEO ka ng Samaniego Group of

Companies, your company is going bigger and stronger everyday, kilala ka sa business world at sa alta sosyedad and you can travel around the world pero bakit 'di ka masaya?" Kausap niya sa sarili habang nakatingin siya sa salamin.

"Isa lang ang kulang, my dream girl and soulmate…" Sabay tingin sa larawan ng babaeng nasa bedside table niya.

ALEXA was driving her yellow Ducati along the busy road of Ayala Avenue. She's going to her cousin's office to confront him about what happened last night.

"Damn you, Jose Lorenzo! I'm gonna kill you!" aniya.

Sa wakas ay narating na niya ang gusaling kinaroroonan ng opisina ng kanyang pinsan. Pagkaparada ng kanyang sasakyan sa harap ng gusali ay dali-dali niyang ipinagbilin iyon sa mga gwardiya doon. Binati agad siya ng receptionist sa lobby.

"Hi, Liza!" Bati niya. "Andiyan na ba ang boss mo? I really need to talk to him. It's urgent."

"Good morning, ma'am Alexa!" Ganting batin ng babae. "Andiyan na po si sir Jolo. Kasama rin po niya ang girlfriend n'ya ngayon."

Hindi nakaligtas kay Alexa ang huling tinuran ni Liza sa kanya. Obvious kasi ito na malaki ang pagkakagusto nito sa kanyang pinsan.

"Sinong girlfriend ang kasama n'ya? Yung model o yung aspiring actress?"

" Yun pong aspiring actress."

"Oh, I see." Napapatangong sagot ni Alexa at kasabay niyon ay pagsilay ng pilyang ngiti sa kanyang labi. "Can I ask you a question, Liza, may gusto ka ba sa pinsan ko?"

Halatang nagulat ito. " Wala po, ma'am!"

" Ah, okay. Don't worry, kahit itanggi mo, tutulungan pa rin kitang idispatsa ang kasama n'yang babae ngayon. Watch me. Bye!"

Tuloy-tuloy si Alexa sa sakayan ng mga elevator para puntahan na ang playboy niyang pinsan.

"I'm already here, my dear cousin. Lagot ka sa akin ngayon." Napapangiti niyang sabi.

NANG pumasok si Alexa sa pribadong opisina ni Jolo ay naabutan niyang marubdob na naghahalikan ang kanyang pinsan at ang girlfriend nito. Tila namang hindi napansin ng mga ito ang kanyang pagdating.

"Look what we have here... makuhanan kaya ng video at maipagbenta sa Quiapo. Hehehe!"

Biglang tumikhim ng malakas at nagsisigaw si Alexa sa ikinagulat ng dalawa.

"How dare you, Jolo!!! Kaya pala hindi mo na ako sinisipot dahil may kinakalantari kang iba!" Sabay lapit sa dalawang hindi agad makahuma dahil sa ipinakikitang galit ni Alexa sa kanila.

Nang mahimasmasan ang dalawa ay biglang nagpakita ng tapang ang kasintahan ng pinsan niya."At sino ka namang babae ka? Pwede ba umalis ka na at naiistorbo mo kami ng honey pie ko!"

"Honey pie? Yuck, ang baduy-baduy naman ng tawagan n'yo. Kakasuka...eeww!"

Binalingan niya si Jolo na di mapigilang mapatawa sa naging reaksyon niya. Pinandilatan niya ng mata ang pinsan.

"Hoy Jose Lorenzo, anong tinatawa-tawa mo d'yan? Why did you choose her over me? It's very obvious that she's just using you for her stardom and money."

"Hoy, di ako manggagamit! Mahal na mahal ko si Jolo!"

"Hoy ka rin! Baka di ko alam ang trabaho ninyong mga artista. I have evidence, you know. Kalat na kalat na nga ang scandal mo sa buong bansa. What's the name of the guy with you on your sex video?" kunwari'y nag-iisip siya. "Hmm… I knew it! The guy name was…"

Hindi pa n'ya natatapos ang kanyang sasabihin ng biglang umatungal sa pag-iyak ang babae at nagulat silang magpinsan ng aminin nito ang tungkol doon.

"Oo na! Inaamin ko na!" sabi nito at sabay luhod sa harapan ni Jolo. "Honey pie, patawarin mo ako. Lasing na lasing ako noon kaya nagawa ko ang bagay na'yon."

At dahil sa inamin ng babae, doon lang nagsalita si Jolo. "Stand up." Utos nito sa babae at nginitian ito ng matamis sabay sabi ng: "Leave us alone and don't come near me again." Mahinahon ngunit mariing sabi nito.

Walang nagawa ang babae at tahimik na lumabas ng opisina. Bago ito lumabas ay pinukol muna siya ng masama at nagbabantang tingin. Ngunit hindi siya natinag at nginitian pa niya ang babae na lalong ikinagalit nito. Pagkaalis ng babae ay nagkatinginan silang magpinsan at napahagalpak sila ng tawa.

"Hay naku, Maria Margarita Alexandra! May nabiktima ka na naman. Anyway, why did you come here?" Tanong ni Jolo sabay upo nito sa visitor's chair dahil doon na siya nakaupo sa swivel chair nito.

"Jose Lorenzo, bakit lalo mong ginatungan si Papa tungkol sa kagustuhan niyang makasal ako sa Jaime na 'yon? And now, they're telling me na gusto nila ng madaming apo. Nakakapangilabot! I'm too young to get married. I'm only 22 years old!" Turan niya na ikinatawa ng pinsan niya na lalong ikinainit ng ulo niya. "What's so funny?"

"You know what, cousin. You're overreacting. What's wrong with Jaime? He's perfect for you. Sa tingin ko naman eh bagay na bagay kayong dalawa. Gusto ka rin naman nung tao and he's willing to give you his name and fortune. Ano pa ang inaayaw mo sa kanya?"

"He's not my soulmate." Mahinang turan niya na lalong ikinatawa ni Jolo.

"Ang tanda-tanda mo na, naniniwala ka pa rin sa soulmate. God Alexa, simula pa pagkabata natin eh hinihintay mo na ang soulmate mo. Look, soulmate doesn't exist in this world. Hindi na uso 'yan. Binabaril na sa Luneta ang nagpapakamartir dahil sa paghihintay sa kanyang soulmate. Look at me, women are running after me. They just come and go."

"Cous," untag ni Alexa kay Jolo. "I know how you feel towards love. Pero sana naman 'wag mo akong idamay sa galit mo at sa love."

Nilapitan niya si Jolo na noo'y nasa sa malalim na pag-iisip. Niyakap niya ito mula sa likuran at hindi mapigilan ni Alexa na mapaiyak.

"O, bakit ka umiiyak d'yan?" Natatawa ngunit malungkot na turan ni Jolo sa kanya.

"Jolo, why can't you let go of her memories? It's been five years." Aniya. "Pagnakita ko s'ya, I'll blame her for what she had done to you! Mapapatay ko talaga s'ya!"

"Alexa, hayaan na natin s'ya. Wherever she is, I don't give a damn about her! Let's forget about her, okay?" Sabi na lang ni Jolo sa kanya.

"But, cous!" protesta ni Alexa.

No more buts, Alexa."

"O-okay."

ALEXA was fuming mad and crying while she was driving her Ducati bike. She's driving like there was no tomorrow. She can't forget what happened moments ago in their house…

"No! I will not marry Jaime or anybody you want! I have a life of my own!" Sabi niya sa kanyang mga magulang at sabay talikod niya sa mga ito.

"Don't you dare walk away from us, young lady!" Babalang sabi ng kanyang ama na si Don Fidel sabay haklit sa kanyang kanang braso. *"Sa ayaw mo at sa gusto, papakasal ka kay Jaime. Iyon lang ang paraan lalong tumibay ang mga negosyo natin sa oras na makasal ka sa anak n'ya!"*

"But 'Pa, I don't love him." Napaiyak na pahayag ni Alexa. *"It will not work, I swear!"*

"Love? My God Alexa, hindi na mahalaga 'yan. Tingnan mo kami ng Mama mo. Ipinagkasundo kami pero natutunan naming mahalin ang isa't-isa. Ganun din ang mangyayari sa inyo ni Jaime pagdating ng panahon. Sa oras na dumating 'yun, mapapasalamatan mo pa ako."

"Fidel, hayaan muna natin ang anak natin na makapag-isip. Don't force her, okay?" Sabad ng kanyang ina na si Dona Sofia.

"Maybe she's right. Hindi lahat ng tao ay pare-pareho ang mararanasan sa pag-ibig tulad ng nangyari sa atin."

Napabuntong-hininga ang kanyang ama at binitiwan na siya pero pinagbantaan siya nito. "Once you disobey me, I'll disown you." Sabay talikod nito.

"Mama..."Yakap ni Alexa sa ina at doon s'ya humagulhol sa bisig ng ina.

"Ssshhh, iha. I'll talk to your father. Tahan na." alo ni Dona Sofia sa kanyang bunsong anak.

Sa ganoong pag-iisip ay hindi niya napansin ang isang itim na Mercedes Benz sports car na biglang lumiko papunta sa direksyon niya. "Shit!" dahil sa biglang pagpreno niya ay hindi niya napigilang mag-slide ang kanyang motorsiklo. At dahil doon ay kasama din siya sa pag-slide nito. Pasalamat na lamang si Alexa sapagkat naka-helmet siya. Naramdaman niya ang kirot sa ibang parte ng kanyang katawan lalong-lalo na sa mga binti niya.

Chapter 2

NAGULAT si Nathan sa biglang pagsulpot ng isang motorsiklo sa kanyang harapan. Mabuti na lamang at alerto siya kaya nakapagpreno agad siya. Dali-dali siyang bumaba ng kanyang sasakyan at patakbong nilapitan ang taong nakahandusay sa daan. Dali-dali niyang itinayo ang motorsiklo upang hindi masaktan ang taong nadaganan nito. Umungol sa sakit ang taong tutulungan niya.

"Are you alright? I'm sorry. Here, let me help you." Lumuhod siya at dahan-dahang inalis ang helmet nito. Laking gulat niya dahil ang nasa sa harapan niya ngayon ay ang babaeng itinatangi niya. Lalo siyang nataranta sa natuklasan.

NAGMULAT ng mata si Alexa at mahilo-hilo pa siya sa nangyari sa kanya.

"Am I still alive?"

Hindi maiwasang mapangiti ng lalaki sa tabi niya. "Yes, you are. Dadalhin kita sa hospital."

"How about my bike? I can't leave it here."

"I'll call some help." Hinugot ng lalaki ang cellphone sa bulsa ng pantalon nito at narinig niyang binanggit nito ang pangalan ng towing company. Pagkatapos matawagan ay pinangko na siya nito at dinala sa kotse. Iniupo siya nito sa passenger seat. Dali-dali itong sumakay at pinasibad ang sasakyan sa pinakamalapit na ospital.

NATHAN was torned between happiness and fear because he was with the woman he loves and at the same time was still in the emergency room. He already called Jolo about what happened and waits for him to accompany him. Hindi nagtagal ay dumating si Jolo.

"Pare, what happened? Sino ang nakabangga mo?" Tanong ni Jolo sa kanya.

"Puwedeng mamaya ko na ikuwento sa'yo? I'm still worried about her."

"Her?"

"Take note, she's driving a yellow Ducati."

"A what?" Pasigaw na sigaw ng kaibigan at namutla ito.

"Pare, okay ka lang? Namumutla ka." Nagtatakang tanong niya dito.

"Sana hindi siya 'yon…"

"Jolo, ano bang nangyayari sa'yo?" Nahihiwagaan na si Nathan sa iginagawi ng kaibigan niya.

BIGLANG bumukas ang pinto ng emergency room at iniluwa doon ang babae na nakahiga sa stretcher at nahihimbing sa tulog. Dali-daling silang lumapit at napasigaw si Jolo ng makita nito ang babae.

"Oh my God, Alexa!" Hindi napigil ni Jolo ang emosyon. Hinarap siya nito at galit na galit. "What did you do to her?!"

"Pare, calm down! Let me explain. Walang may kasalanan sa nangyari." Mahinahong paliwanag niya. Dahil sa nakikitang tension sa pagitan nilang dalawa ay doon na pumagitna ang doctor na nag-asikaso sa babae.

Tumikhim ito. "Excuse me, gentlemen. Actually, she's alright now. Minor bruises at sprain lang ang natamo ng pasyente. She's sleeping peacefully because she's sedated. Hayaaan n'yo muna s'ya makapahinga at maya-maya lang ay magigising na siya."

Tila nahimasmasan naman si Jolo sa narinig at humingi ito ng paumanhin sa kanya at sa doctor. Samantalang inutusan naman ng doctor ang mga tauhan nito na dalhin na si Alexa sa nakatakdang silid para dito at tuluyan ng nagpaalam sa kanila.

"I'm sorry, pare. Don't worry, ako na ang bahala sa kanya. I'll give everything to her, gumaling lamang siya." Hinging-paumanhin ni Nathan kay Jolo.

"Sorry din, Nathan. Naunahan kasi ako ng takot sa nangyari kay Alexa. Mahal na mahal ko kasi siya." sabi ni Jolo sa kanya.

"Halika na. Puntahan na natin siya."

PAKIRAMDAM ni Alexa ay galing siya sa mahabang pagtulog. Dahan-dahan niyang iminulat ang kanyang mga mata. Nagtataka kung nasasaan siya. Tumingin siya sa paligid at dumako ang paningin niya sa lalaking natutulog at nakaubob sa kamang hinihigaan niya.

"Jolo?" Aniya dito. Nagising agad ang lalaki at nag-angat ito ng mukha. "Sino ka? Nasaan ako?"

Ngumiti ito sa kanya. Napansin kaagad niya na maganda itong lalaki. Medyo may kakapalan ang kilay, almond shape eyes, mapupulang labi at matangos ang ilong nito. Bagay na bagay rin dito ang tan na balat nito. Mukhang kasing-edad din ito ni Jolo na kung susumahin ay mas matanda ito sa kanya ng anim na taon.

"Hi, naandito ka ngayon sa Medical City. Muntikan na tayong magkabanggaan kanina, remember?" Ani nito.

"By the way, I'm Nathaniel Samaniego. Just call me Nathan." Sabay lahad ng kamay nito.

Nginitian niya si Nathan. "Nice meeting you, Nathaniel. I'm Alexa Benedicto."

Nang magdaop ang kanilang mga palad ay naramdaman agad niya ang kakaibang init na dumaloy sa katawan niya. *It's a sign. Is he the one?*

Nahalata naman ni Nathan ang pagkatulala niya at nakita niya ang concern na gumuhit sa mukha nito. Biglang hinaplos ni Nathan ang kanyang pisngi.

"Are you okay? May masakit ba sa'yo?"

"I-I'm okay." Kiming ngiti niya kay Nathan. "Si Jolo? Is he here?"

"Kanina andito siya. Umalis lang to get us some food. Pinsan ka pala ni Jolo. You're a model, right?"

Napatango si Alexa sa tinuran ni Nathan sa kanya. "Yes, I am."

Mukhang may itatanong pa ang lalaki sa kanya nang biglang bumukas ang pinto ng kuwarto niya at iniluwa doon ang mga magulang niya at si Jaime.

"IHA!" Sabi ng mga magulang ni Alexa sa nag-aalalang tinig.

"Alexa, what happened?" Sabad naman ni Jaime.

"I'm fine. Thanks to my knight in shining armour." Nakangiting saad ni Alexa sabay tingin sa kanya.

"I'm Nathaniel Samaniego, sir, ma'am." Inilahad niya ang kanyang kamay sa mga magulang ni Alexa at kay Jaime. Hindi pinansin ng dalawang lalaki ang pagpapakilala niya sa mga ito. Ngunit ang butihing ina nito ang siyang bumati at nakipagkamay sa kanya.

"Thank you for saving our daughter." Sincere na sabi ni Dona Sofia.

"You're welcome, ma'am. Hindi ko po hahayaang masaktan si Alexa." Binalingan niya ang dalaga at kinindatan ito na naging sanhi ng pagkapula ng mukha nito.

"Makakauwi ka na, Mr. Samaniego. Si Jaime na ang bahala sa anak ko." Malamig na sambit ng ama ng dalaga.

"But, 'Pa!" Protesta ni Alexa.

"No, iha. Just say thank you to this man and let him leave now. Masyado ka ng nakakaabala sa kanya."

"Don't worry, Alexa. Babalik na lang ako." Nilapitan niya si Alexa at sa pagkagulat ng lahat ay hinagkan niya ito sa noo. "Magpagaling ka." Pinisil niya ang baba nito. "Bye."

Tumalima na siya at nagpaalam na siya sa mga taong naandoon upang umalis.

HINDI pa rin inaalis ni Alexa ang tingin niya kay Nathan hanggang sa makalabas ito ng pinto. Naagaw ang atensyon niya ng magsalita si Jaime.

"What's that for, Alexa?" Galit na tanong nito.

Tinaasan lang niya ng kilay si Jaime sabay kibit-balikat.

"I don't like him, Alexa." Sabad ng ama niya.

"Fidel, stop it! 'Wag mo agad husgahan yung tao." Kontra agad ng kanyang ina. "Mukhang mabait na bata si Nathan. You should thank him for saving Alexa. Ang hirap kasi sa'yo, inuunahan mo ng pagdududa ang mga taong babago mong nakikilala."

"Alam ko agad kung may magandang hangarin o wala ang isang tao. And that Samaniego guy is the one who cannot be trusted." Tiim-bagang na sabi ni Don Fidel.

"You're right, Tito. I think he has a thing for Alexa." Sang-ayon ni Jaime sa kanyang ama.

"Hey, that's not fair! He's just being nice to me and to us na binastos n'yo ng magbigay-galang si Nathaniel sa inyo. Para kayong mga walang pinag-aralan." Naiiyak ng pahayag ni Alexa.

Hindi naman nakaimik sina Don Fidel at Jaime sa tinuran niya kaya pumagitna na sa kanila ang kanyang ina.

"Pwede ba tigilan na ninyo si Alexa? For God's sake, Fidel, tigilan mo muna anak natin! She needs to rest dahil sa aksidente. Umuwi na muna kayo ni Jaime at magpalamig kayo ng mga ulo n'yo." Nagagalit na pahayag ni Dona Sofia sa dalawa.

"Tayo na, Jaime." Untag ni Don Fidel at walang-lingon na umalis na ito ng kwarto.

"Bye, Tita. I'm sorry." Binalingan ni Jaime si Alexa. "See you later, Alexa." Hinalikan nito si Alexa sa pisngi at tuluyan ng umalis.

"Whoa," napahigang banggit ni Alexa at tumingin sa ina. "Grabe, 'Ma. I can't believe that Papa will be like that. Nakakahiya kay Nathan."

Napangiti si Dona Sofia sa kanyang anak. "Do you like him?"

Napakunot-noo si Alexa. "Like who?"

"Si Nathan. He seems nice and a very handsome guy. Kung nakita n'yo lang ang mga hitsura n'yong dalawa, para kayong eksena sa pelikula. The way you look at each other, there's love in the air. And that kiss…"

Namula si Alexa sa tinuran ng ina. "'Ma!"

Niyapos ni Dona Sofia ang anak. "Iha, if you like Nathan, go for it. I feel that you already found your long-lost soulmate."

"Yeah, I think he's the one for me." Nangingiting sagot niya.

NATHAN was in a miserable mood because of Alexa. He hadn't seen her since the last time he visited her in the hospital. It's been a long three weeks, for God's sake!

"Aaargh, you're doomed Nathaniel Samaniego!!!" Hindi niya maiwasang mapasigaw sa sobrang frustration sabay hampas sa executive table niya.

"Na-nathaniel?"

Narinig niya na may tumawag sa kanya. Nag-angat siya ng tingin upang tingnan kung sino ang tumawag sa kanya at laking gulat niya ng makita niya si Alexa.

"Alexa?"

Chapter 3

"HI, NATHAN…"

Nakangiting bati sa kanya ni Alexa. "Naistorbo ba kita?"

"No, no, no." Nilapitan niya si Alexa. "Halika. Have a seat."
Iginiya niya si Alexa sa sofa sa kabilang panig ng kanyang opisina
"What are you doing here?"

"I'm just visiting you to give you this." Ipinakita sa kanya ni
Alexa ang isang jar ng cookies. "I ask Jolo kung mahilig ka sa
cookies and sabi n'ya eh chocolate chip cookies daw ang favorite
mo. I know how to bake kaya pinagluto kita. Here."

Iniabot sa kanya ang naturang cookies at tinanggap naman
niya ito."Thanks." Tinitigan niya si Alexa na halatang ikinailang ng
dalaga.

"Ahmm…" Tumikhim bigla si Alexa. "Mabuti pang umalis
na ako. Naaabala yata kita." Sabay tayo ng dalaga palayo sa kanya
na kanyang ikinabahala. Hinawakan niya ang braso ng dalaga at
pinigilang umalis.

"Don't go, Alexa. Will you please stay with me until my
work is done?" Hindi rin niya naiwasang hawakan at hagkan ang

mga kamay nito na lalong pinagtaka ng dalaga. "You're so beautiful, baby. Sana lagi kang nasa sa tabi ko."

SA naging deklarasyon ni Nathan sa kanya ay di-maiwasang mamangha ni Alexa. Sari-saring emosyon ang namayani sa kanyang puso.

Natatakot siya na di mawari ngunit masayang-masaya ang puso n'ya dahil itinatangi din niya ang lalaking nasa sa harapan niya. Hindi niya maipakita ang tunay niyang damdamin dito sapagkat biglang pumasok sa isipan niya ang ideyang baka nagustuhan lang siya ng binata dahil nakokonsiyensya lamang ito gawa ng aksidente. Nalungkot siya sa ideyang iyon kaya hinila niya ang mga kamay niya mula sa pagkakahawak ni Nathan.

"Nathan, don't. It's not right." Sabi niya na kinanuot-noo ng binata. "Bago pa lang tayong magkakilala. Nadadala ka lang sa emosyon mo dahil nagi-guilty ka pa rin sa nangyaring aksidente."

"What? Is that what you think? I thought we have a thing for each other."

Napailing siya. "You don't understand. I-I think we should stop this. Ahmm… I have to go now." Pagkasabi niya ay tumayo na siya at tinungo ang pinto. Napalingon siya nang magsalita si Nathan.

"Alexa, why? I thought you like me. I found you. I think I've fallen in love with you since the first time I saw you."

Tuluyan ng napaiyak si Alexa sa tinuran ni Nathan. Pero nilabanan niya ang kanyang emosyon para hindi siya bumigay at umaming may special din siyang nararamdaman sa binata. "Nathan, we need to analyze things first. Huwag muna tayong magmadali."

"But Alexa…" protesta ni Nathan sa kanya.

"Please Nathan?" Pigil niya sa sasabihin ng binata. "I have to go."

Nang walang anu-ano ay hinalikan niya sa labi ang binata na natigilan sa ginawa niya at iyon na rin ang hudyat para lisanin niya ang opisina nito.

NATHAN was shocked for the brief kissed he shared with Alexa. He felt something amazing. He really loved her. She's the one. Nakatitig pa rin siya sa pinto kung saan lumabas ang dalaga.

Alexa baby, you can't get away from me…

A FEW weeks later, Alexa was having brunch in their lanai when Jolo appeared from nowhere. He playfully poked her on her head.

Tiningnan niya ito ng masama. "What?!"

Naupo sa tabi niya si Jolo at nakisalo sa pagkain niya. Tiningnan siya nito at ikinaiirita na niya ang nakakalokong ngiti sa mga labi nito.

"What do you want?" Paangil na tanong niya.

"Alam mo, parehong-pareho kayo ng kaibigan ko. Ganyang-ganyan ang mood." Turan nito habang sumusubo ng fried bacon mula sa kanyang plato.

"Si-sinong kaibigan?" Tanong ni Alexa kahit alam na niya kung sino tinutukoy nito.

Tinitigan siya ni Jolo at seryoso na ang anyo nito. "Ano bang nangyari? May nangyari ba na hindi maganda sa pagitan n'yong dalawa?"

Hindi niya sinagot si Jolo at umiwas na lamang siya ng tingin.

"Alam mo, Nathan has been miserable for the past few weeks. I asked him and he just said nothing. I just concluded that he was miserable because of you, my dear cousin."

Dahil sa tinuran ni Jolo ay doon na siya napatingin dito. Bago pa siya nakapagsalita ay naunahan na uli siya ni Jolo.

"You know what cous, why don't the two of you give each other a chance? Wala namang mawawala eh."

"I-I'm engaged to Jaime." Pinipigilang mapaiyak ni Alexa sa tinuran niya. "There's no chance between me and Nathan." Sa huling tinuran niya ay doon na siya napaiyak ng tuluyan. Niyapos siya ni Jolo at doon n'ya ibinuhos lahat ng mga kinikimkim niyang sama ng loob. "I'm in love with Nathan ever since. It's killing me these past few weeks for not seeing him. Sobrang miss ko na siya. I want to see him pero wala akong lakas ng loob para harapin siya."

"Huwag na kasi ninyong pigilan ang mga sarili ninyo. Hindi n'yo ba alam na nahihirapan din ako sa sitwasyon n'yong dalawa? Nagagalit ako sa sarili ko kasi nakikita kong miserableng-miserable kayong dalawa at wala naman akong magawa."

"Just give me more time, Jolo. Hindi ko pa talaga kaya. Please, try to understand?"

Napabuntong-hininga na lang si Jolo sa pakiusap niya. "Okay, if that's what you want."

"Thanks, cousin. Ang bait mo talaga."

ALEXA was having a break from her pictorial for a famous brand of clothing when the PA-in-charge calls her attention.

"Miss Alexa?" Untag sa kanya ng babae.

Nilingon niya ito mula sa pagkakatanaw niya sa salaming dingding ng gusali. "Yes?" Napansin niya ang bungkos ng bulaklak na hawak-hawak nito. "Nice flowers. Sino ang nagbigay sa'yo? Manliligaw mo? Sagutin mo na." Biro niya dito.

Namula naman ang PA sa tinuran niya. "Naku ma'am, hindi po para sa akin ito. Para po sa inyo."

Napataas ang kilay niya. "For me?" Nagtatakang tanong niya dito.

Tumango ang babae.

"If those flowers are from Jaime, sa'yo na lang. Ilayo mo na rin sa akin." Utos niya.

"Ma'am, hindi po galing kay sir Jaime. Galing po sa lalaking iyon."

Tinuro sa kanya nito ang lalaking nagpapabigay sa kanya ng bulaklak. Sinundan niya ng tingin kung sino ang tinutukoy nito at biglang bumilis ang pintig ng puso niya ng makilala kung sino iyon.

"Nathan…" Usal niya. Kumaway at nginitian siya ni Nathan ngunit hindi ito lumapit sa kanya. Napukaw ng PA ang atensiyon niya ng magsalita ito.

"Ma'am, kapogi-pogi naman n'ya." Kinikilig na turan nito. Humarap sa kanya ang babae at iniabot sa kanya ang bungkos ng mga bulaklak. "Ma'am, tanggapin na ninyo. Nakatingin kasi si sir Pogi."

Tinanggap niya ang bulaklak mula dito at hindi niya namalayang nakalapit na pala sa kanila si Nathan.

"Do you like it?" Untag ni Nathan sa kanya.

Inalis niya ang tingin niya sa mga bulaklak na hawak niya at tumingin sa nakangiting mukha ni Nathan. "I like it and you're here."

NATHAN was so damn happy sapagkat nakita niya uli si Alexa. Ilang linggo niyang tinikis ang sarili upang hindi makita at kalimutan ang damdamin para dito. Pero natalo siya ng pagmamahal niya sa dalaga kaya heto siya ngayon, dinalaw niya ito sa trabaho na ilang bloke lamang mula sa kanyang opisina. Ang ganda-ganda nito sa suot nitong skinny jeans at japanese inspired blouse na humahapit sa katawan nito. Simpleng-simple lang ang ayos nito ngunit lalong nagpatingkad sa natural na ganda nito. Miss na miss na niya ito ngunit pinigilan niya ang sarili na yakapin ito ng mahigpit at siilin ito ng halik.

"I'm now here, baby." Kinuha niya ang isang kamay ni Alexa at hinalikan iyon. Nakita niyang namula ang mga pisngi nito. Masuyo niyang hinaplos ang pisngi nitong namumula.

"Nathan."

Iniwan na sila ng PA nito at nang luminga siya sa paligid ay napansin niyang biglang nawala ang mga taong bumubuo sa pictorial ni Alexa. Mukhang binigyan muna sila ng privacy.

"Kumusta ka na?"

Ngumiti sa kanya si Alexa. "I'm fine. Ikaw, kumusta na? Matagal tayong hindi nagkita."

"Oo nga eh. Naghanda muna ako bago ako humarap sa'yo. Natorpe kasi ako. Nag-ipon muna ako ng lakas ng loob." Natatawang turan niya.

"Ikaw, natotorpe?" Napaismid na tanong sa kanya ni Alexa ngunit nakangiti naman ang dalaga. "Nag-lunch ka na ba?"

"Ahm, hindi pa pero nagpadeliver na ako ng lunch from your favorite restaurant." Sagot niya na halatang ikinagulat ng dalaga. "I asked Jolo kung ano ang fave resto mo kaya dun na ako nag-order ng lunch natin kasama na pati ang staff ng pictorial mo. Sa rooftop na ako nagpahanda para sa kanila and 'yung sa atin eh dito para magkasolo naman tayo." Paliwanag niya kay Alexa na lalong ikinapula ng dalaga.

Kasabay noon ay dumating na ang delivery crew ng isang sikat na kainan sa Glorietta. After madala sa kanila ang pagkain ay inasikaso na ni Nathan ang pagkain nilang dalawa. Nang tingnan niya si Alexa ay matamang nakatitig sa kanya ang dalaga.

"May dumi ba ako sa mukha?"

Napabuntong-hininga si Alexa bago sumagot sa kanya. "Why are you doing this, Nathan?"

Itinigil muna niya ang ginagawa at hinawakan niya pareho ang mga kamay nito at tinitigan niya ito ng mabuti.

"Like I have told you before, I'm in love with you. I'm not giving up kahit engaged ka na kay Jaime." Hinalikan niya ang mga kamay nito. "I'm willing to give up everything just to be with you."

Napansin niyang nangilid ang luha ni Alexa. "Baby, please don't cry. I didn't want to make you cry. I want you to be happy."

Napatungo ito at napaiyak lalo si Alexa sa huli niyang tinuran. Nag-angat ito ng tingin at tumitig ito sa kanya. "Nathan, thank you for making me so happy. I highly appreciate it."

Nang dahil sa turan ni Alexa ay hinaplos niya ang pisngi ng dalaga at napapikit naman ito sa ginawa niya. Napatitig siya sa mapupulang labi nito at dahan-dahan niyang inilapit ang mukha niya dito. Hahalikan na niya ang dalaga nang biglang may tumikhim. Napamulagat silang pareho at hinanap kung sino ang umistorbo sa kanila. Ang nakakalokong mukha ni Jolo ang bumungad sa kanila.

"What?" Painosenteng tanong nito.

Nagkatinginan silang dalawa ni Alexa at napabuntong-hininga. May-maya ay napatawa na lamang sila. Tiningnan uli nila si Jolo na nakakunot na ang noo.

"What's so funny, guys?" tanong nito.

"Hey cous, what are you doing here? I thought you have an out-of-town business."

"Oo nga. What happened?" Segunda naman niya.

"Tinamad ako eh. And I'm hungry so let's eat." Sabi nito sabay upo sa silyang malapit sa kanya. Inisa-isa nito ang mga nakahaing pagkain sa harapan nila. "Hmm, lahat ay paborito mo, Alexa." Komento nito sabay kuha na ng pagkain at nagsimula na itong kumain. Pinagmamasdan nila ito na kumakain at napapatawa na lang sila ni Alexa dahil sa paraan ng pagkain nito.

"Baby, let's eat." Sabi niya kay Alexa at inasikaso na niya ang dalaga sa pagkain.

"Okay, let's eat." Sagot naman nito sa kanya.

Chapter 4

ALEXA can't still help smiling kapag naaalala niya ang nangyari sa kanyang pictorial isang linggo na ang nakakaraan kung saan hanggang matapos iyon ay nakabantay sa kanya si Nathan.

Nagalit kasi ang binata ng malaman nito na kukuhanan siya na ang suot lamang ay ang pantalon na iniendorso niya. Matinding pagtutol ang ginawa nito para lamang hindi siya mag-pose ng half naked. Pinaliwanag dito ng photographer na nakatalikod naman siya habang nakahiga siya sa isang kama. Kahit anong paliwanag dito ay hindi rin nasunod ang gusto ng photographer.

Nagbanta pa itong ipababan niya ang naturang photographer sa lahat ng mga advertising companies na kakilala nito. Natakot naman ang baklang photographer sa sinabi nito at hindi na itinuloy ang plano. Sa halip ay pinagsuot na lamang siya ng isang white tank top matuloy lamang ang pictorial. Humingi siya ng paumanhin sa photographer at nagpasalamat pa rin siya dahil nauunawaan nito si Nathan na hindi na maipinta ang mukha. Nasabi na lamang ng photographer na ganyan daw ang taong in love dahil ayaw mababastos ang taong minamahal. Tumatak sa isip niya ang sinabing iyon. Doon rin niya napatunayan na talagang mahal siya ng binata.

Naputol ang kanyang pagmumuni-muni ng may kumatok sa pinto ng kanyang condominium unit na located sa Global City. Nagtataka siya kung sino ang bisita niya sapagkat wala naman siyang inaasahan na may dadalaw sa kanya. Pagbukas niya sa pintuan ay laking gulat niya ng mapagsino kung sino ang hindi niya inaasahang bisita.

"Kuya!" Sinalubong niya ng yakap ang kapatid niyang si Albert na matagal ng naninirahan sa Paris.

"How's my baby sister?" Mahigpit ang pagkakayakap nito sa kanya. "I miss you."

Tumingin siya sa kanyang kuya at hindi niya maiwasang maiyak pagkakita niya dito. "Kuya, namiss rin kita. Ba't ngayon ka lang umuwi? Akala ko kinalimutan mo na ako, kami nina Mama." Pinapasok niya ito at pinaupo sa kanyang sala. "Kelan ka pa dumating? Hindi mo man lamang ako tinawagan para nasundo kita sa airport. Biglaan yata ang uwi mo."

"Pinauwi ako ni mama. Engagement party mo daw this Saturday. Kailangan daw na kumpleto tayong pamilya."

Sa pagpapaalala nito sa kanya tungkol sa engagement party nila ni Jaime ay nalungkot siya. Nag-iwas siya ng tingin sa kanyang kapatid. Napansin naman nito ang pagbabago ng mood niya at napabuntong-hininga na lamang ito.

"Pati ba naman ikaw, ipinagkasundo ni Papa? Huwag ko lang malaman na ikaw ang naging kabayaran niya sa ginawa kong pagtakas sa pagpapakasal sa babaeng napili niya, hindi ko na talaga mapapatawad siya."

Ilang taon na ang nakakaraan ng umalis ang kanyang kapatid huwag lamang makasal sa babaeng napili ng Papa nila para dito. Halos isumpa ang kuya Albert niya sa ginawa nito. Nanatili ito sa Paris at nagtayo doon ng sariling negosyo. Isa na ito sa isa sa pinakamayaman at ginagalang na shipping magnate sa bansang iyon.

"Sis, di mo ba ako papakainin? Nagugutom na ako." Nakangiti na nitong turan sa kanya.

"Papakainin naman kita. Threat kita. Where do you want to eat?"

"Kahit saan basta Filipino dishes."

"Tara." Hinila na niya ang kanyang kapatid at umalis na sila.

ALEXA's family was having a dinner party for the homecoming of his older brother Albert. It's just a simple yet elegant party which is attended both by their father and mother's side and some close family friends including Jaime's family. Alexa is sophisticated and beautiful on her off white empire cut tube gown embellished with swarovski crystals. Her long black hair was flowing at her back and she just wears a headband made with swarovski crystals also. She looks like a goddess and some girls are envied because she was escorted by the most sought-after bachelor and her fiance' Jaime del Cielo. Kahit nakikita ng tao na ngumingiti siya at nakikihalubilo sa mga bisita ay hindi niya maiwasang malungkot sapagkat may kulang sa kanya. She missed Nathan so much. Ilang araw silang hindi nagkikita sapagkat nagkaroon ng business meeting ito sa Singapore.

Nathan, wish you're here…

She also wondered where her cousin Jolo was. Mukhang ito lamang ang wala sa family nito. Napansin ni Jaime ang kanyang pananahimik at nag-alala ito sa kanya.

"Alexa honey, are you alright? You seem odd tonight."

"I'm fine." Napapaismid na sagot niya dito.

Nang walang anu-ano ay biglang pumalatak si Jaime sa kanyang tabi. Mukhang may tinatanaw ito mula sa entrance ng bahay nila at sinundan niya ang tinitingnan nito. Namataan niya si

Jolo at nanlaki ang mga mata niya kung sino ang kasunod nitong pumasok. It was Nathan! He looks handsome and dashing in his three piece suit. She felt that Jaime stiffened beside her and uttered a not so pleasant word. Lumapit sa kanila sina Jolo at Nathan. She feels the tension surrounding them. Jaime lost his temper.

"What are you doing here, Samaniego? You're not invited."

"Jaime, stop it! This is not your party."

"Jaime pare, bisita ko si Nathan. Huwag mo naman siyang bastusin. Konting respeto naman." Naiinis na wika ni Jolo.

Nginitian siya ni Nathan at hindi pinansin ang pasaring ni Jaime. Nginitian din niya ito at ramdam niyang namumula siya.

"Hello, Alexa. Nice seeing you again."

"It's nice to see you too, Nathan."

Hindi na talaga nakapagpigil si Jaime at hinaklit nito ang braso ni Nathan. Nagulat sila sa ginawa nito. Napapatingin na sa kanila ang ibang bisita na malapit sa kanila. Pasalamat na lamang siya at nowhere in sight ang kanyang mga magulang.

"Umalis ka na, Samaniego. Pampagulo ka lang dito." Sumbat ni Jaime.

"Sino kaya ang nagsisimula ng gulo dito, di ba ikaw?" sagot naman ni Nathan.

Kinakabahan na siya sa susunod na mangyayari nang biglang sumulpot ang kuya Albert niya. Nagpalipat-lipat ang tingin ng kuya niya sa dalawang lalaki bago ito nagsalita. Binitawan agad ni Jaime ang braso ni Nathan.

"You two, stop it!" Mariing utos nito sa dalawa. "This is my party. Kung gusto ninyong mag-away, umalis na kayo ngayon din sa pamamahay na ito."

"Kuya Albert, walang kasalanan si Nathan. Lumapit kami para batiin si Alexa, hindi para makipag-away. Hindi ko nga maintindihan kung bakit pinapalayas ni Jaime itong kaibigan ko eh ako naman ang nang-imbita kay Nathan." Paliwanag ni Jolo sa kuya niya.

Dahil doon ay naningkit ang mga matang tiningnan ng kuya Albert niya si Jaime na ikinatakot naman ng huli.

"Albert, I-I was just…" Nagkakandautal na paliwanag ni Jaime sa kuya niya.

"Next time, Jaime, use your manners. Parang wala kang pinag-aralan. Now I know why my sister doesn't like you."

Napahiya naman si Jaime sa sinabi dito at napatungo na lamang ito.

"Alexa, asikasuhin mo muna sina Jolo at Nathan. Samahan mo muna sila sa buffet table." Utos sa kanya ng kapatid.

Tumalima naman agad siya at iginiya ang dalawang lalaki papunta sa buffet table.

AFTER the party, Alexa went straight to her condo. Bago magpasyang magpalit ng damit ay dumiretso muna siya sa kanyang maluwang na balcony. Her balcony was her sanctuary, her secret garden. Pinasadya niya ito sa kanyang kaibigang interior designer para magmukhang garden ito. Pinalagyan din niya ito ng Jacuzzi para kahit anong oras niyang gustuhing magrelax ay puwede niyang gawin habang nakatanaw siya sa buong Kamaynilaan. Her place was also her private sanctuary. Hindi siya katulad ng iba na kahit sino ay puwedeng pumasok at hindi rin siya dito nagpapadaos ng party. Sa labas siya nagpapaparty even her birthday. Nakatunghay siya mula sa kanyang balkonahe at pinapanood ang mga sasakyang nagdaraan. Ang sarap ng pakiramdam kapag namumuhay kang mag-isa. Nakakapag-isip ka ng maayos at nakakapagpahinga ka hangga't gusto mo ng walang umiistorbo sa'yo. But she missed home so much especially her mother. Kung hindi lang nagiging sakit na ng ulo niya ang kanyang ama ay nunca siyang umalis sa bahay nila. *How she hated her father's guts!*

Napapailing na lamang siya kapag naiisip niya ang nalalapit na engagement party niya. *Hay, kung si Nathan 'yun...*

Napatigil siya sa biglang pagpasok ni Nathan sa isip niya. Hindi niya maiwasang mapangiti tuwing naaalala niya ang binata. He's so sweet through the entire night! Hindi ito natinag sa pinakitang kagaspangan ng ama niya dito.

He's really a wonderful guy. Nakakain-love ka talaga, Nathan. Hay, mahal na nga kita.

She was about to go to her room when she heard a knock on her door. Napakunot-noo siya at iniisip kung sino ang bibisita sa kanya ng dis-oras ng gabi. She looked at her wall clock and it's already 2:30 am, for God's sake! Naisip niyang ang kuya niya iyon o di kaya ay ang pinsan niyang mahilig mangulit kahit madaling araw na. Napapahikab na siya habang palapit sa pinto at tingnan kung sino ang bisita niya. Nang sumilip siya sa peep hole ay laking gulat niya ng makita niyang si Nathan ang naghihintay sa labas ng kanyang unit. Napasandal siya sa pintuan habang sapo-sapo ang dibdib niya.

He's here?! Oh my God! Kinakabahan at kinikilig na turan niya. Nag-ipon muna siya ng lakas ng loob bago buksan ang pinto.

NATHAN was waiting for Alexa to open her door for him. He knocked several times. Nasa sa elevator pa lamang siya ay hindi na siya mapakali. Kinakabahan siyang hindi mawari. He's so excited to see her. At ngayon nga ay nasa sa harap na siya ng unit nito. Hawak –hawak pa rin niya ang mga bulaklak na ibibigay pati ang pasalubong dito. Biglang nagliwanag ang kapaligiran niya ng bumukas ang pinto ng unit at iniluwa doon si Alexa na ubod pa rin ng ganda kahit mukhang pagod na pagod na ito. Lumakas lalo ang kabog ng kanyang dibdib ng nginitian siya nito.

ALEXA opened the door for him. She's not dreaming. He's really there infront of her. She smiled at him. Ang gwapo pa rin nito kahit mukhang haggard na ito dahil wala pa itong pahinga simula ng manggaling ito sa Singapore.

"Hi, baby!" Nathan said to her, smiling. "Pasensya na kung madaling-araw akong aakyat ng ligaw sa'yo."

Napatawa siya sa sinabi nito. Hindi na siya nag-alinlangan na papasukin ang binata sa kanyang condo. "Halika, pasok ka." Ibinukas na niya ng tuluyan ang pinto upang makapasok it. "Welcome to my crib."

Pumasok si Nathan sa kanyang unit at napansin niyang pinagmamasdan nito ang kabuuan ng unit niya bago ito nagsalita at tumingin sa kanya.

"Nice place, baby." Nakangiting puri nito. "Flowers for you."

Iniabot nito sa kanya ang mga pasalubong nito at mga bulaklak. Tinanggap niya iyon at tiningnan niya ito.

"Thanks, Nathan." Ipinatong niya ang mga binigay nito sa kanya sa sofa at nagkatinginan silang dalawa. Nakaramdam siya ng pagkailang. Nang walang anu-ano ay biglang hinila siya ng binata palapit dito at siniil siya ng halik sa mga labi.

Chapter 5

NATHAN was longing to kiss Alexa since the first time he saw her. Nakamit na niya iyon ngayon sapagkat hindi na siya nakapagpigil pa. Miss na miss niya ang dalaga. Tama ang hula niya na her lips taste so sweet. Ang lambot-lambot niyon! Sinisimsim niya ito na parang candy na habang buhay niyang hindi pagsasawaan. Naramdaman niyang tumutugon na ang dalaga sa kanyang mga halik kaya lalong humigpit ang pagkakayakap niya dito. She perfectly fit into his arms. No wonder she's his soulmate! Naputol lamang ang kanilang paghahalikan upang makasagap sila ng hangin. They needed air to breath. Magkayakap pa rin silang dalawa at matamang nakatitig sa isa't-isa. Hinaplos niya ang mukha nito at dinampian uli niya ng halik ang mga labi nito.

"That's so wonderful, baby." Sabi niya sabay dampi ng mga mumunting halik palibot sa mukha nito. "I'm so happy, baby."

SHE couldn't believe what was happening. They kissed like there's no tomorrow. Expert kisser ang binata. She felt that she was melting and her knees were trembling. His lips taste so sweet, nakakapanggigil. She was kissed before pero pakiramdam niya ay iyon ang first real kiss niya. Exaggerated mang sabihin pero feeling n'ya ay tumigil ang oras nila dahil sa halikang iyon.

"Nathaniel..." Usal niya. Napapansin niya sa tuwing tatawagin n'ya ito sa buong pangalan ay napapapikit ito na animo'y ninanamnam nito ang paraan ng pagtawag niya. Nagmulat na ito ng mata at nginitian niya ito. "Are you alright?"

Tumango ito bilang pagsagot at hindi niya inaasahan ang sunod nitong sinabi. "I love you, Maria Margarita Alexandra Benedicto. Will you be my ever first girlfriend?"

Speechless siya sa dineklara nito. Pakiramdam niya ay siya na ang pinakamasuwerteng babae sa mundo. She didn't know what to say. Napansin niyang nag-aalala ito ng hindi pa siya tumutugon sa tanong nito. She saw fear in his eyes.

"Baby?" nag-aalalang tanong ito.

Hindi na niya pahihirapan ng matagal ang lalaking bumighani sa puso niya. Hindi na siya magpapakipot pa. Mahal na mahal na niya ito! Nginitian niya ang binata at dinampian niya ito ng halik sa labi. Halatang nagulat naman ito sa ginawa niya.

"I love you too, Nathaniel Samaniego. And yes, I'm your girl from now on." Sagot niya dito.

"Yes!!!" Napahiyaw ito sa sobrang saya at niyakap siya ng mahigpit.

"I'm just so happy, I've found you." Tumingin siya kay Nathan. Puno ng pagmamahal na tumingin din ito sa kanya.

"I'm so happy also, baby. I finally found you, my dream girl."

Niyapos uli siya ng mahigpit na para bang ayaw na siyang pakawalan pa. She felt good in his strong arms. Nakakasiguro na siya na magiging masaya siya sa piling nito. Sana ganoon din ito sa kanya.

"Baby, I know we're both tired. Hindi ko na kayang mag-drive pauwi. We need to rest and I want to sleep beside you." Sabi nito sa kanya.

Nagulat at kinabahan siya sa tinuran nito kaya hindi siya agad nakasagot. Napansin naman nito ang pagkabahala niya at ngumiti ito. "Don't worry, baby, we will only sleep. I'll not take advantage of you kahit alam kong mahihirapan ako but don't worry I'll be fine. Do you trust me, baby?" malambing na tanong nito.

"I trust you, Nathan." Ngumiti siya dito at napasigaw siya dahil bigla siyang pinangko nito. "Nathan!"

"I love you, baby." Pagkasabi nito ay tumuloy na sila sa kanyang kuwarto.

ALBERT and Jolo were not surprised when they saw Alexa and Nathan together. Binisita sila ng mga ito sa Benedicto Towers sa Makati. They found them in the conference room. Buti na lang at hindi umattend si Don Fidel sa nasabing board meeting kung hindi ay tiyak na magwawala ito. Jolo couldn't help but be happy for his friend and cousin. While Albert is very happy also that his sister found her true love in the man named Nathan but he's worried because this coming Saturday is supposed-to-be Alexa's engagement party with Jaime.

"Congrats! Nagkatuluyan din kayong dalawa." Bati ni Jolo sa mga ito.

"Can't help it eh! We both fell in love." Nathan lovingly gazed at his girlfriend. Sinuklian naman ito ni Alexa ng isang matamis na ngiti.

"Bayaw-to-be, just take good care of my sister. Pag-umiyak 'yan, magtago ka na." Pabiro ngunit nagbabantang sabi ni Albert.

"Kuya, 'wag mo namang takutin si Nathan." Reklamo ni Alexa.

Napatawa at niyapos na lamang ni Albert ang bunsong kapatid.

"Don't worry, Kuya Albert. I'll take good care of her." Paniniguro ni Nathan dito.

Napataas ang kilay ni Albert. "Anong kuya? Two years lang ang tanda ko sa'yo. Albert will be fine. Saka mo na akong tawaging kuya 'pag pinakasalan mo na ang kapatid ko."

"Kuya!"

Ngunit pasaway pa rin si Albert at itinuloy ang pananakot nito kay Nathan."Mr. Samaniego, papakasalan mo ba ang kapatid ko? Kung hindi ka naman seryoso sa kanya eh mabuti pang umalis ka na at 'wag kang magpapakita sa amin.".

"Kuya naman!"

Napatingin si Nathan kay Jolo na natatawa lang sa mga nangyayari. Maya-maya'y nagsalita na si Nathan at tinitigan si Albert."Desidido ako na pakasalan si Alexa, Albert. Mahal na mahal ko ang kapatid mo higit pa sa buhay ko." Madamdaming turan ni Nathan kay Albert bago tumingin kay Alexa.

Tumikhim naman si Albert at natutuwa siya sa pinakikitang katapatan ni Nathan sa kapatid niya."I believe you, Nathan. Just promise me one thing, don't you ever hurt her badly 'coz I do not know what will I do to you. Promise?"

"Promise, I will never ever hurt Alexa." Itinaas pa ni Nathan ang kanang kamay nito.

Dali-daling lumapit dito si Alexa at niyapos ito ng mahigpit. "Thanks, Nathan. I love you!"

"I love you too, baby!" At naghalikan na ang dalawa sa harapan nilang dalawa ni Jolo na ikinangiwi naman ng huli.

"Get a room, you two!"

Napatawa naman silang tatlo sapagkat alam nilang ilang na ilang si Jolo sa mga ganoong eksena.

SATURDAY morning at the Benedicto's mansion, everyone was very busy preparing for the engagement party tonight. Except Alexa. She was nowhere in sight! Nanggagalaiti na sa galit si Don Fidel samantalang tahimik lamang sina Dona Sofia at Albert na nag-aalmusal.

"Where's Alexa? She should be here." Tanong ni Don Fidel sa asawa.

Nagkibit balikat lamang ang kabiyak bilang pagsagot dito na lalong ikinainit ng ulo ng don. Tumungin ito kay Albert na abala sa pagbabasa ng dyaryo. Ito naman ang pinagbalingan ng matanda. "Albert, where's your sister? Alam kong alam mo kung nasasaan s'ya ngayon."

Mukhang inip na inip itong tiningnan ni Albert. "Maniwala man kayo o hindi, hindi ko alam kung nasaan ngayon si Alexa." Malamig na tugon nito.

Magsasalita sana si Don Fidel ng eksaktong dumating ang bunsong anak na halatang puyat galing sa pictorial. Lalong nagalit sa anak ang don sapagkat mukhang nalimutan nito na engagement party na nito mamayang gabi.

"Good morning, everybody!" Masayang bati nito sa kanila.

"Good morning, iha." Bati ni Dona Sofia sa anak.

"Hi, sis. Good morning!" Bati rin ni Albert.

Hinalikan sila nito isa-isa bago naupo sa hapag-kainan. Pinagmamasdan ng don ang anak at kahit na pagod na pagod ay halatang ibang ang ningning ng mga mata nito. Kinabahan siyang hindi mawari.

There's something wrong...

"Hi, Papa! Mukhang may party dito mamaya. What's the occassion?" Inosenteng tanong nito.

Napatingin siya kay Albert na nasamid sa pag-inom ng kape ng marinig samantalang ang asawa niya ay matamang nakatingin sa kanya.

"Don't tell me, wala kang natatandaang mahalagang okasyon ngayon?" Tanong ng don dito. Napailing lamang si Alexa.

"Uhmmm, wala namang may birthday sa atin ngayon. Hindi rin naman wedding anniversary n'yo ni mama."

Sa isinagot ni Alexa ay doon na natapos ang pagtitimpi ni Don Fidel sa anak. Binayo nito ang dinning table na ikinagulat ng lahat.

"It's your engagement party tonight, young lady!"

ALEXA was shocked! Tila nanigas ang katawan niya sa sinabi ng ama.

Oh my God, nawala na sa isip ko 'yon!

Hindi siya nagsisinungaling sapagkat nawala na talaga sa isip niya ang tungkol sa bagay na iyon. Ever since maging boyfriend niya si Nathan ay dito na umiikot ang mundo niya. She forgot that she was engaged to Jaime. She didn't even cares about it. Wala siyang pakialam kung hindi matuloy ang engagement niya dahil natagpuan na niya ang taong mamahalin niya. Tinitigan niya ang ama.

"Walang matutuloy na engagement party, Papa." Mahinahon niyang sabi sa kanyang ama.

Napasinghap ang don sa tinuran niya at napatiim-bagang ito. "You can't do that, Alexa."

"Of course, I can." Sagot niya sabay tayo at patakbong pumunta sa malawak nilang hardin kung saan gaganapin ang engagement party niya.

Sumunod naman sa kanya ang kanyang mama at kuya na halatang suportado siya sa kanyang gagawin. Kinuha niya ang atensiyon ng mga inupahang tao ng kanyang ama para mag-asikaso sa naturang okasyon.

"Magsitigil kayo!" utos niya sa mga ito. Napatigil ang lahat sa ginagawa at napatingin lahat sa kanya. "Alisin na ninyo lahat ang mga iyan. Hindi na matutuloy mamaya ang party!

Binalikan uli niya ang kanyang ama na naiwan pa rin sa dinning hall nila at nakatiim-bagang pa rin ito. "Thanks for ruining my life, Papa."

Masamang-masamang loob na sabi niya dito. Tuluyan na siyang napaiyak at dali-daling umalis sa mansiyon nila. Hindi na niya nakita ang pagpatak ng luha ng kanyang ama.

Chapter 6

NATHAN adjourned his meeting with the Board of Directors. Heading to his office, he saw his secretary approaching him. Ito rin ang secretary ng kanyang ama habang nagsisimulang lumago ang Samaniego Group of Companies. This middle-aged woman is like a mother to him. She's witty and dependable. Pero hindi siya nito kinukunsinte sa mga kalokohan n'ya noon. Kulang na lang ay paluin siya nito sa mga di kaaya-ayang gawain niya. Napapatawa siya tuwing naaalala niya ang nakaraan. Habang papalapit si Linda sa kanya ay napansin niyang mukhnag nag-aalala ito.

"Nathan!"

Napakunot-noo siya sa tono ng boses nito. "May problema ba, Linda?"

"Nathan, Alexa was in your office. Iyak ng iyak ang girlfriend mo. Doon ko na siya pinatuloy sa private room mo para makapagpahinga ang bata."

"Ba't hindi n'yo agad ako pinatawag sa meeting?"

"Gustuhin ko man ay pinigilan ako ni Alexa. Ayaw niyang maistorbo ka. Puntahan mo na siya, iho."

Hindi na niya sinagot si Linda at tinakbo na niya ang pasilyong patungo sa kanyang opisina.

WHEN he entered his private room inside his office, he saw Alexa lying on his bed. Nakatalikod ito kaya hindi siya nakita nitong pumasok. Ini-lock niya ang pinto at dahan-dahan siyang lumapit dito. She was peacefully sleeping ngunit bakas pa rin sa mukha nito ang kalungkutan at may naiwan pang luha sa mga mata nito.

Naupo siya sa tabi nito at hinaplos ang pisngi ng dalaga. Napapabuntong-hininga siya sapagkat gusto na niyang gisingin ang dalaga sa pamamagitan ng mga halik niya. He wanted to make love to her right now! He felt the heat slowly covering his body. Unti-unti na ring nabubuhay ang kanyang pagkalalaki. He needed a cold shower kaya dali-dali siyang pumasok sa sarili niyang banyo. Dali-dali niyang hinubad ang kanyang mga damit at isinahod ang kanyang katawan sa malamig na tubig na nagmumula sa shower.

ALEXA slowly opened her eyes.

Narinig niyang may lumalagaslas na tubig na nagmumula sa banyo. Imposible namang si Nathan ang naliligo dahil nasa sa meeting pa ito. Bumangon siya at sumandal sa headboard ng kama. Bumukas ang pinto ng banyo at iniluwa si Nathan na bagong paligo at nakatapi lang ito ng puting tuwalya. Water was still dripping down to his delectable body. Napansin niyang titig na titig din sa kanya ang kasintahan. Their eyes met and they both know that they want to kiss each other so much to the extent that they want to make love right here and right now. Mukhang hindi na nakatiis ang binata at dali-dali siya nitong dinaluhan sa kama. He embraces and kisses her hungrily. She feels the hard thing poking her belly. She embraced him and responded to his kisses.

WHEN he saw Alexa feasting her eyes on his body, he was getting hard again. Dali-dali niya itong dinaluhan sa kama sabay yakap at siniil niya ito ng halik sa labi. How much he wanted her! Kahit anong pagpipigil niya ay hindi niya magawa lalo na't nakapailalim na sa kanya ang dalaga at dinadama niya ang malambot nitong katawan. Tumutugon na rin sa kanyang mga halik ang dalaga at nagiging mapusok na rin ang mga kamay nila na humahagod sa katawan ng bawat isa. Bumaba ang mga labi niya sa leeg nito papunta sa dibdib nito. He cupped her one breast at napaungol ito sa ginawa niya. He felt her nipples were already erect. Tumigil siya sa paghalik dito upang hubadin niya ang saplot nito. Nang mahubdan niya ito ay tinitigan niya ng mabuti ang katawan ng kasintahan. She has a body of a goddess! Her breasts were full and round, pinkish nipples na umaaninag sa suot nitong lacy bra and her womanhood was perfectly trimmed na umaaninag din sa lacy panty nito. Tumingin siya sa kasintahan na pulang-pula na ang mukha dahil sa ginawang paghagod ng tingin niya sa katawan nito. Kulang na lang ay magtalukbong ito ng kumot sa sobrang hiya. Nginitian niya ito at tumunghay siya dito.

"You're so beautiful, baby." Anas niya kay Alexa habang hinahaplos niya ang mapuputing hita nito. Ngumiti lamang ito sa kanya ngunit halatang may takot siyang nakita sa mga mata nito. "Baby, if you're not ready, we will not continue our lovemaking."

"I'm afraid, Nathan. This is my first time and you're so big." Sabi nito na ikinatawa niya.

"Paano mo naman nasabi na malaki eh hindi mo pa nakikita at nahahawakan?" Panunudyo niya na lalong ikinapula ng mukha nito.

"I-I felt it poking my belly and…"

"And what, baby? Hmmm…" He nibbled her earlobes. Napaungol uli ito sabay banggit sa pangalan niya.

"Nathan… please!"

"Please what?"

"Sa tingin mo makakapasok sa akin ang ganyang kalaki?"

Inosenteng tanong nito at tuluyan na siyang napahalakhak at napasubsob sa pagitan ng leeg at balikat nito. Tiningnan uli niya ang kasintahan at ginawaran niya ito ng halik sa labi sabay haplos sa mukha nito.

"Yes, baby. Gaya ng sabi ko, if you're not yet ready, we're not going to do it."

"How about you?" Nag-aalalang sabi ng dalaga sa kanya.

"Ililigo ko lang uli ito." Naaaliw na sambit niya kay Alexa. Pagkasabi niya ay dali-dali na siyang bumangon upang tumungo sa banyo.

"Where are you going?"

"Sa bathroom. Liligo lang ako. I'll be back, baby." Bago pumasok ng banyo ay ginawaran muna niya ng halik sa labi ang kasintahan. "I love you so much, Alexa."

"I love you too, Nathan."

ALEXA was already dressed when Nathan came out from the bathroom. Nakabihis na rin ito ng pang-opisina. Lumapit na siya dito at yumakap sa kasintahan. Gumanti naman ito ng yakap sa kanya at sinamyo nito ang kanyang buhok. She feels safe in his arms. She knows that he can protect her from all the dangers surrounding them. Tiningala niya ito at tumunghay naman ito sa kanya. "Thank you, Nathan, for understanding me. You're a wonderful guy."

"Thank you also for coming into my life." Madamdaming sabi ng binata sa kanya. "You're the best thing that ever happened to me. I love you so much, baby."

"I love you too… so much." Buong pagmamahal na tugon niya dito.

NAGHALF-DAY si Nathan sa trabaho upang damayan si Alexa. Namasyal sila at nanuod ng sine. Enjoy na enjoy silang magkasintahan. Hiling niya na sana'y mag-freeze ang oras para matagal silang magkasama. Kitang-kita sa mukha ntio ang kasiyahang dulot ng pamamasyal nila. Para itong batang nakawala mula sa pagkakakulong sa bahay ng mahabang panahon. Kahit isa na ito sa pinakasikat na modelo sa Pilipinas at pinagtitinginan ng mga tao ay napakasimple lamang nito at kung umasta ay parang hindi anak-mayaman but she has a Ducati bike. Speaking of her bike, pagbabawalan na n'ya itong gamitin iyon. S'ya na lang ang maghahatid at susundo kahit saan man ito pumunta. Ayaw na niyang maulit dito ang nangyari noon na naaksidente ito. Hindi niya kakayanin ang sakit sa oras na mawala ito sa kanya. Pinagmamasdan niya ito na nakatayo sa tabi ng koi fish pond at pinapanood ang mga isdang naglalangoy. Nilingon siya ng dalaga ng may buong pagmamahal at nginitian siya nito na sinuklian naman niya ng isang matamis na ngiti.

"Nathaniel!"

Napapikit siya sapagkat tinawag na naman siya nito sa buo niyang pangalan. How he loved the way she calls him Nathaniel! Napabuntong-hininga siya at nilapitan na niya ang kasintahan. Agad niya itong inakbayan at ginawaran ng halik sa gilid ng noo nito. Ikinawit naman ng dalaga ang mga braso nito sa kanyang batok at tumingkayad upang gawaran siya ng halik sa labi. Madali lamang iyon ngunit mawawala na naman siya sa sarili niya. Narinig niyang napabungisngis ito kaya tumunghay siya dito.

"Why are you laughing?"

"Nawawala ka na naman sa sarili mo eh."

"Baby, you're killing me."

"Behave, baby. This is a public place." Sagot nito na ikinahalakhak niya.

NATHAN brought Alexa in his penthouse at One Samaniego Tower in Ortigas. Alexa was amazed on his place. He embraced her from her back while they are holding hands. Sumandal naman ito sa dibdib niya. "Do you like my place, baby?" malambing niyang tanong.

"I love it, Nathan! Pagkapasok ko pa lamang dito, homey na feeling ko."

"Thanks. Masaya ako kasi nagustuhan mo ang place ko." Sabi naman niya. Bumaling si Alexa sa kanya na nakataas ang isang kilay nito. "Is there something wrong?"

"Pang-ilan ako sa mga dinala mo dito?" tanong nito sa kanya na ikinatawa niya. "What's so funny?"

"Baby, ikaw pa lang." Naaaliw niyang sagot ngunit halatang hindi kumbinsido ang dalaga.

"Yeah, right." Tugon nito at inalis nito ang pagyayakap niya sa katawan nito. Napapabuntong-hininga itong lumapit sa glass wall ng kanyang penthouse.

"Alexa baby…"

Malungkot na tumingin ito sa kanya sabay iling at tinanaw uli ang buong Ortigas. Napabuntong-hininga siya at pinagmasdan na lamang niya ito. Nang biglang may nagsalita sa kanilang likuran na ikinagulat nilang dalawa.

"Good evening, kids!" Magiliw na bati ng bisita ni Nathan. It was his Aunt Sela who came back from London at bunsong kapatid ng kanyang ama.

"Auntie?!" Gulat niyang sabi dito.

"Hello, iho." Nginitian siya nito sabay lapit at humalik sa pisngi niya. "How's my favorite nephew?"

"I'm very fine." Simpleng sagot niya sa tiyahin. Nilingon niya si Alexa na pinagmamasdan sila. Saka lamang niya napansin na lumalapit na sa kasintahan niya ang kanyang tiyahin. Naging uneasy naman si Alexa ng pagmasdan ito ng Aunt Sela n'ya. Tumingin sa kanya ang dalaga na halatang humihingi ng tulong sa kanya. Agad niya itong nilapitan at inakbayan ito.

"So, finally, you found her, huh?" Nakangiting sabi ni Aunt Sela.

"Auntie, this is my girlfriend Alexa Benedicto."

"Nice meeting you, ma'am." Nahihiya ngunit nakangiting bati ni Alexa sabay lahad ng kamay nito.

Hindi tinanggap ng auntie niya ang pakikipagkamay ni Alexa sa halip ay lumapit ito at niyakap ang dalaga na ikinabigla nilang magkasintahan. Tumingin sa kanya si Alexa at napatango lamang siya. Gumanti na rin ito ng yakap sa tiyahin niya. Tumingin uli dito ang Aunt Sela niya at pinagmasdan ito ng mabuti. "Alam mo ba iha, ikaw pa lang ang babaeng dinala dito ni Nathan. Alam mo kung bakit?"

Napailing na lamang si Alexa bilang pagsagot dito.

"It's because he promised me na ang dadalhin lang niya dito ay ang babaeng mamahalin niya habang-buhay. Kung mayroon mang ibang mga babae noon ang playboy kong pamangkin, sa mga motels lang niya dinadala ang mga iyon kapag nakaisip silang gumawa ng makamundong pagnanasa."

"Auntie! Below the belt na 'yan!" Protesta ni Nathan at napahiya siya sa sinabi nito kay Alexa. Baka kung ano na lamang

ang isipin sa kanya ng dalaga tungkol sa kanya. Binalingan niya si Alexa na matamang nakatingin sa kanya. "Baby, please don't believe her."

"Nathan iho, OA ka na." Sabad ng auntie niya. Ngunit hindi niya ito pinansin sapagkat nakatuon ang pansin niya kay Alexa.

"Baby, ikaw lang ang mahal ko. They're just flings. Please believe me." Paliwanag niya kay Alexa. Hindi nagsasalita ang dalaga ng lapitan siya nito at pinagmasdan lamang siya.

"Nathaniel Samaniego, I believe and trust you."

"Thanks, baby." Niyapos niya ito ng buong higpit. Napansin naman niya ang Aunt Sela niya na napataas ang kilay sa ka-cornyhan niya. Napapatawa na rin ito at nagkomento.

"You know what, guys, ganyang-ganyan din ang asawa ko sa akin." Sabi nito sa kanila. "Hay, parang gusto ko ng bumalik sa London to be with my husband and make love to him." Napahalakhak ito sa huling salita na tinuran. Namula naman si Alexa at nagkatinginan silang dalawa. Sinuway naman niya ang kanyang auntie.

"Auntie, ano ba?" Tinawanan lamang siya nito sabay kindat sa kanila ni Alexa.

Chapter 7

ALEXA was in her brother's office in Benedicto Towers. She was resting in his couch while her brother was reviewing some documents in his office table. Habang abala ito sa pagbabasa sa mga dokumento ay manaka-naka'y kinakausap siya nito.

"Himala at dito ka napatambay ngayon." Sita nito sa kanya. "Akala ko eh One Samaniego Tower lang ang alam mong puntahan."

Napatawa siya. "OA ka naman, Kuya."

Tuluyan na itong tumingin sa kanya. "Hoy Alexa, ilang linggo ka nang hindi napapapunta dito. Hindi mo na nga kami nadadalaw ni mama sa bahay."

"Kuya, I'm too busy with my commercials and photo shoots." She frowned. "And kasali pa ako sa fashion show ni Monique Lhuiller this coming weekend. Puspusan ang pag-eensayo naming mga models. Buti nga binigyan kami ng 2 days rest. Sa phone na nga lang kami nagkakausap ni Nathan kasi hectic din ang mga schedules n'ya sa mga business conference." "Hinahanap ka rin sa amin ng papa. Araw-araw ka niya laging tinatanong sa amin. I think he lost in your battle." Sabi ng kanyang kuya na matamang nakatingin sa kanya.

Umiwas siya ng tingin dito at nagpakawala ng buntong-hininga. "Yeah, right."

"You know sis, mukhang nagsisisi si papa sa mga nangyari. I heard him crying with mama the other night. Hindi ko sinasadyang mapadaan sa study room at narinig ko silang nag-uusap." Patuloy pa rin ng kuya Albert niya. "Why don't you visit him? Nasa sa ofis niya siya ngayon."

"Pinatawad ka na ba niya, kuya?"

"I think so. Wala naman siyang nababanggit tungkol sa nangyari noon pero action speaks louder than words. Hindi na siya katulad ng dati na kulang na lamang ay kainin ako sa sobrang galit n'ya sa akin. Pero lately napapansin ko na, he's trying his best to be closed with me again."　　"Tanggapin kaya ni Papa si Nathan?"

"Siguro. Pero huwag mo munang biglain si papa. Sariwa pa sa kanya ang hindi pagkakatuloy ng engagement party ninyo ni Jaime." Sagot ng kapatid sa kanya.

Nathan along with Jolo went to see Alexa's fashion show to model Monique Lhuiller's creations. Bago sila pumunta sa reserved seats para sa kanila ni Jolo ay pinuntahan muna nila ang dalaga sa dressing room nito. It's been two weeks since ang huling pagkikita nila ng kasintahan. She became busy with her modeling career while he has a business conference to attend to. Sa telepono lang sila nagkakausap ng dalaga. Miss na miss na niya ito. Namalayan na lamang niya na pinapapasok na sila ng PA na assigned dito sa dressing room ng dalaga. Nakita niya ang dalaga na nakaupo paharap sa isang malaking salamin at inaayusan ito ng isang make-up artist.   "Hey, cous!" Tawag ni Jolo dito.

Lumingon sa kanila ang dalaga at walang anu-ano itong patakbong lumapit sa kanila lalo na sa kanya. Nilagpasan nito si Jolo at yumakap ito sa kanya. "Nathaniel!"

Niyapos niya ng mahigpit ang dalaga at dinampian ng halik sa labi nito."Alexa baby, I missed you so much!"

"Nathan, I missed you too! I'm glad you're here with me."

Marubdob silang naghalikan nito kahit may ibang tao na nakapaligid sa kanila. At dahil doon ay eksaheradong tumikhim si

Jolo upang makuha ang atensyon nilang dalawa. Napalingon sila dito na nakakunot na ang noo.

"Pwede ba ha? Huwag kayong PDA masyado.".

"Hi cous!" Nilapitan ito ni Alexa at dinampian ng halik sa pisngi. Pagkatapos mabati ang pinsan ay agad itong bumalik sa kanya sabay abrisyete sa mga braso niya. Maya-maya pa'y kinuha ng PA nito ang atensiyon nila. Pinaalala nito na kailangan ng maghanda ang dalaga para sa fashion show. Niyapos niya si Alexa.

"Good luck, baby. I love you."

"Thanks, Nathan."

"Cous, good luck."

Pagkatapos ng kanilang pagbabatian ay umalis na sila ni Jolo upang saksihan ang pagmomodelo ni Alexa.

NAGING successful ang ginanap na fashion show ni Monique Lhuiller. Pang-finale si Alexa na suot-suot nito ang pinakabagong design ng wedding gown ng sikat na designer. She looks like a real and radiant bride habang naglalakad ito sa entablado. Nathan was very proud of her. Nang lumabas ito ay humanga ang lahat.

Napansin niyang may mangilan-ngilang kalalakihan ang nagbigay ng paghanga sa kasintahan niya. *Sorry, guys. She's already mine!*

Pagkatapos ng show ay sinalubong nila si Alexa sa labas ng dressing room nito. Nakatagpo rin nila ang butihing ina nito na si Dona Sofia at si Albert. Nagkamustahan sila habang hinihintay lumabas ang dalaga. Nang lumabas ito ay agad itong yumapos sa kanya. Binati rin nito ang ina at kapatid. Jolo took their picture sa labas ng dressing room. Napansin niyang kahit masaya ang dalaga ay may kahungkagan itong nararamdaman. Alam niyang ini-expect nito ang ama. Nang gagapin niya ang mga palad nito upang ipadama dito na andun siya para dito ay tumingin ito sa kanya na teary-eyed. Pinisil niya ang baba nito at binigyan ito ng isang matamis na ngiti.

Palabas na silang lahat sa bulwagan ng World Trade Center ng makita nila si Don Fidel na naghihintay sa kanila. May dala itong bungkos ng bulaklak. Nagkatinginan silang lahat. Napahigpit ang paghahawakan nila ng kamay ni Alexa. Lumapit sa kanila si Don Fidel ngunit sinalubong agad ito ng asawa na mukhang nag-aalala na sa mga susunod na mangyayari.

"Fidel…"

Tumingin dito si Don Fidel at nginitian nito ang asawa na ikinagulat nila. Tinapik nito sa balikat ang asawa upang ipakita na wala dapat itong ikabahala. Tuluyan na itong lumapit sa kanilang dalawa ng dalaga.

"Papa.." Kinakabahang sabi ni Alexa.

"Flowers for you, iha." Sabay abot sa anak ng mga bulaklak. "Congratulations for the success of your show."

"Thanks, Papa." Kiming sagot ng dalaga.

Napabuntong-hininga naman ang ama nito at nang walang anu-ano ay niyakap nito ang anak. Nawala ang mga kabang naramdaman nila ng tuluyan ng napaiyak ang mag-ama.

"Papa, I'm sorry."

"Sshh, it's okay now, iha. I'm sorry too. Hope I'm forgiven." Ginawaran nito ng halik sa noo ang anak.

"You're forgiven, Papa."

Pinahid na ng mga ito ang mga luha ng isa't-isa. Napadako naman ang tingin ng don sa kanya. Nailang siya sa ginawang pagtitig ng matanda.

"So, Mr. Samaniego, ikaw pala ang napapabalitang boyfriend ng anak ko." Maawtoridad nitong sabi sa kanya. "Handa ka bang pakasalan ang anak ko sa anumang oras?"

"Yes, sir. Ako po ang boyfriend ng inyong anak at handa ko po siyang pakasalan sa anumang oras." Sagot niya dito na ikinatawa nina Albert at Jolo. Laking gulat nila ng maglahad ng kamay ang don upang kamayan siya. Tinanggap niya ang pakikipagkamay ng don.

"Welcome to the family, iho. Sana ay huwag mong sasaktan ang unica iha kundi magtago ka na." pabiro ngunit seryosong sabi ni Don Fidel.

Nginitian niya ang don at nangako dito. "Makakaasa po kayo na hindi ko sasaktan ang anak ninyo."

"Mabuti naman. So," Tumingin ito sa lahat. "Let's have dinner together. Nagpa-reserve ako sa Manila Hotel."

"That would be great, darling." Sabi ni Dona Sofia. Inakbayan ito ng don at iginiya na sila nito papunta sa mga sasakyan nila.

"Guys, convoy na lang tayo." Sabi ni Albert na kasama si Jolo sa sasakyan.

Bago paandarin ang sasakyan ay binalingan niya ang dalaga na nakatingin din sa kanya."I'm so happy, baby. Maayos na ang lahat."

"Oo nga eh. Masayang-masaya rin ako."

Hinapit niya ito palapit dito at mariin siyang hinalikan sa labi.

"I love you, Nathan." Sabi nito sa kanya.

"I love you too, baby." Anas niya. "Alexa, I hate to end this pero hinihintay na nila tayo. We'll continue this later. Miss na miss na kita."

"Miss na rin kita, Nathaniel."

Dinner with Alexa's family turned to be fun and wonderful. Parang walang nangyaring hindi maganda sa mga nakaraang linggo.

After dinner, ipinagpaalam niya ang dalaga sa pamilya nito lalo na sa ama nito. Madali naman itong pumayag na isama muna niya ang kasintahan at naiintindihan naman daw nito na matagal silang hindi nagkasama. Kaya heto silang dalawa ngayon ni Alexa, nasa sa condo niya at nagrerelax sa balcony ng penthouse niya. Habang naghahanda siya ng inumin para sa kanilang dalawa ay natanaw niya si Alexa na nakatanaw sa kabuuan ng Ortigas. The night wind was mildly blowing her long jet black hair. She was wearing a white haltered dress, exposing her shoulders and back. Her skin reminds him of peaches and cream. Minsan na niyang nakita ang kabuuan niyon at hindi niya maiwasang makaramdam ng pag-iinit ng katawan. Napapabuntong-hininga siya at hindi niya alam kung hanggang saan siya makakapagtimpi. Nagpasya na siyang dalhin ang inumin nila at puntahan ang dalaga na naghihintay na sa kanya.

LUMINGON si Alexa at nakita niyang palapit na si Nathan. Nginitian siya ng lalaki na sinuklian din niya ng ngiti. Ibinaba nito sa mesa ang dala nitong inumin nila at lumapit sa kanya. Niyapos siya ng binata mula sa likuran niya. Sinamyo nito ang kanyang buhok at lalo siyang niyapos nito ng mahigpit.

"Are you cold, baby?"

"Hindi na. Naandito ka na kasi." Maya-maya pa'y naramdaman na niyang gumagapang ang mga labi nito mula kanyang batok papuntang leeg niya. Nakikiliti siya sa ginagawa nito. "Nathaniel…"

"You know what, baby, I love the way how you are mentioning my name on your lips." Bulong nito sa kanya and he nibbled her earlobes na lalong ikinatindig ng mga balahibo niya sa katawan. Nagsisimula na ring gumapang ang init sa katawan niya sa ginagawa ni Nathan sa kanya. Naramdaman niyang dahan-dahan siyang pinaharap ng binata dito upang mahalikan siya sa mga labi niya. At dahil doon ay tuluyan na siyang natangay sa mga halik nito. Tumugon siya sa mga halik nito at namalayan na lamang niya na pinangko siya ng binata patungo sa day bed na naroroon sa balcony nito. Iniupo siya ng binata sa kandungan nito paharap dito. Patuloy pa rin sa paghalik sa kanya ang binata habang inilililis nito ang laylayan ng damit niya. Unti-unti na ring bumababa ang mga labi nito patungo sa leeg niya papunta sa naka-expose niyang cleavage. She let a soft moan came out from her lips. Lumipat ang mga kamay nito sa mga balikat niya at dahan-dahang inalis sa pagkakatali ang kanyang damit Tumigil ito sa paghalik sa kanya at tinitigan ang mga dibdib niyang nakalantad. He cupped one of her breasts and played her pinkish nipple with his thumb. Napaungol siya sa ginagawa nito. Matamang nakatitig ito sa kanya ng buong pagmamahal kasabay noon ang pagnanasang maangkin siya nito.

"Baby, you're so beautiful. I want to be inside you." Anas nito.

"I'm ready now, Nathan. Just be gentle, okay?"

Nang dahil sa isinagot niya ay dali-dali siyang pinangko ni Nathan at dinala sa kuwarto nito.

NATHAN gently laid down Alexa in his bed. Excited siya at the same time ay kabado. It was her first time, for God's sake! Baka masaktan masyado ito. He'll try all his best para hindi masaktan ang dalaga. Nagsisimula na siyang maghubad nang bumangon ang dalaga habang nakaluhod sa kama paharap sa kanya. Hindi nito inalintana ang pagkakalantad ng malulusog nitong dibdib. Tinulungan siya nitong hubadin ang kanyang polo at habang tinatanggal ang mga butones niyon ay dinadampian siya ng mumunting halik sa malapad niyang dibdib na ikinaungol niya.

"Alexa baby, that's good..." Paungol niyang sabi. Naramdaman niyang nabuksan na nito ang zipper ng kanyang pantalon at hinayaan nitong malaglag iyon sa paanan niya. Napatigil ito sa paghalik sa kanya at nanlalaki ang mga matang nakatingin sa ibabang bahagi ng katawan niya. Tanging briefs lang niya ang suot niya. Naaamuse siyang pagmasdan ang dalaga. Tumingala ito sa kanya at nagba-blush.

"Nathan, it's really big!"

Natawa siya sa sinabi ng dalaga at tumunghay siya dito. "Baby, don't worry, I'll be gentle. Just lay down and I'll do the rest."

"O-okay." Tanging sabi nito at nahiga na uli sa kama.

He followed her in his bed. Pumaibabaw siya sa dalaga at sinimulan na niyang halikan uli ang mga labi nito. Tumugon naman ito sa kanyang halik at iniyakap pa sa kanya ang mga braso nito. He felt her breasts on his chest na lalong nagpainit sa nararamdaman niya. His hot lips trace her neck down to her breasts with his kisses. He sucked and licked her nipples alternately like a hungry baby. She was so sweet and intoxicating! He heard her sound of pleasure and sweet moans. Unti-unti na rin niyang nahubad ang damit nito pati ang saplot na tumatabing sa pagkababae nito. Tumambad sa kanya ang kahubdan ng kasintahan at tuluyan na siyang nawala sa sarili. Inalis na rin niya ang kanyang underwear at naramdaman niya ang kahandaan ng dalaga. She enfolded his hips between her legs to feel him. Dahan-dahan niyang pinag-isa ang kanilang mga katawan. Napansin niyang napapangiwi ang dalaga. Hinalikan niya ito sa labi upang kahit paano ay maibsan ang sakit na nararamdaman nito. Hindi rin nagtagal ay maluwalhati na siyang nakapasok sa lagusan nito at napalitan iyon ng isang pakiramdam na parang idinuduyan habang pabilis ng pabilis at palalim ng palalim ang mga ulos niya. At dahil sa bugso ng damdamin at pagmamahal nila sa bawat isa ay sabay nilang narating ang kanilang kasukdulan.

"Alexa!"

"Nathaniel!"

Niyakap niya ang dalaga ng buong pagmamahal. "I love you, baby." Bulong niya sa kasintahan.

"I love you too."

Chapter 8

IT'S BEEN three weeks simula ng maangkin siya ni Nathan. Sa tuwing maaalala niya ang lovemaking nilang dalawa ay hindi niya maiwasang kiligin at sakluban ng init ang kanyang katawan. Napabuntong-hininga siya. Namimiss na niya ang binata. Hindi niya ito kasama ngayon. She has a photo shoot to grace the cover of a fashion magazine and the photo shoot take place in an exclusive resort in Palawan. They have a fifteen minute break before going to work again. She was walking along the crystal clear water of the resort wearing a two-piece white bikini under a crocheted mini-dress. Nakikipaglaro siya sa mga alon at sa puting-puting buhangin ng naturang lugar.

Nathan baby, wish you're here with me... Sabay tanaw sa kalawakan ng dagat.

IT WAS almost late in the afternoon. Hindi pa rin natatapos ang photo shoot ni Alexa. Ilang beses na rin siyang nakapagpalit ng iba't-ibang klaseng uri ng swimsuit. Napapagod na siya. She wants to rest. Hindi na siya makapaghintay na makapagpahinga sa sarili niyang cottage na inilaan sa kanya.

Bukas pa ang uwi nila sa Maynila and excited na siyang makita si Nathan. Nag-promise ito na susunduin siya nito sa airport. Hindi niya namalayan na nakalapit na sa kanya ang photographer ng photo shoot na iyon. His name is Wacky Villegas, one of the most-sought after photographers in town. Sumikat ito ng i-cover nito ang kasal ng anak ng isang royal blood ng Europa and the rest is history. Kinuha nito ang atensyon niya at hindi siya komportable dito dahil sa simula pa lamang ng shooting nila ay nagpapakita na ito ng pagkagusto sa kanya. Ngunit sa kagandahang asal ay naging civil na lamang siya dito for the sake of her work.

"Alexa dear, how about dinner tonight?" Untag nito sa kanya.

Nginitian niya ang lalaki. "Thanks but no. I have other plans tonight."

"I see. If you want, samahan na lang kita kung saaan ka pupunta."

"Look, I badly needed to rest."

"If you want, doon na lang kita pupuntahan sa cottage mo." Pangungulit pa rin nito.

"She's not going anywhere with you, Mr. Villegas." Sagot ng isang pamilyar na boses.

Nagliwanag ang kanyang mukha ng makita si Nathan na nakalapit na sa kanila. He was wearing a soft white drawstring pants and he's naked from waist above. His muscular body was reflecting due to heat of the sun. Nilapitan siya ni Nathan at ginawaran siya ng halik sa labi sabay akbay sa kanya.

"Hi, baby. Surprised?"

Gumanti naman siya dito ng yakap at buong pagmamahal na tumitig sa binata. "I'm glad you're here with me."

Tumikhim naman ang batang director na ikinalingon naman nilang dalawa. "Ahmm, Miss Benedicto. Last shoot na natin ito and you can have your free time after this." Sabi nito bago tumingin kay Nathan. "Nice to meet you, Mr. Samaniego."

Nakipagkamay naman ang binata kay Wacky sabay tango. "Same here. If you don't mind, puwedeng ko na bang kunin si Alexa? Tutal sabi mo naman na last shoot na ito and she was free to go."

"Sure. Go ahead and nice working with you, Ms. Benedicto." Mukhang napipilitang sabi nito. Na-intimidate ito masyado sa presensya ni Nathan. Nagpaalam na ito sa kanila

Naiwan sila ni Nathan sa dalampasigan at buong laya at pananabik nilang hinagkan ang labi ng bawat isa. Tiningnan siya ng binata ngunit hindi siya binitawan nito. Yakap-yakap pa rin nito ang kanyang katawan.

"I miss you, baby." Pabulong nitong sabi. "I love you so much." Magkadikit ang kanilang mga noo at ikinulong naman niya sa kanyang mga palad ang mukha nito.

"I miss you too." Sagot naman niya. "Mahal na mahal din kita." Nagliwanag ang mukha nito at bigla na itong nagyaya na pumunta sa cottage.

"Nathan, kailangan na ba nating pumunta sa cottage?"

"Yes, baby. Can't wait to make love with you again." Sagot naman nito. "You're very sexy on your bikini but you're sexier when naked." Sabay sumilay ang pilyong ngiti sa labi nito.

"Hindi ka ba nananawa sa akin?"

"No, baby. It's been three weeks and killing me!" sabi nito. "And for your information, we are sharing the same cottage. Hindi na ako kumuha ng isang cottage. I'm staying with you." Sabay kindat sa kanya.

"Oh...."

"Baby, let's go! Kailangan nating bawiin ang mga araw ng hindi tayo nagkasama." Naiinip na nitong sabi sabay pangko sa kanya. Napatili naman siya sa ginawa nito at nakita niya ang kasiyahan sa mukha nito sapagkat magkakasama na uli silang dalawa.

KINABUKASAN ay lulan sila ni Nathan ng helicopter ng pamilya nito. Dadalaw sila sa pamilya nito na naninirahan na sa hacienda na pag-aari ng mga ito. Hanggang ngayon ay kinakabahan pa rin siya sapagkat ipapakilala na siya sa magulang ni Nathan. Bago pa sila umalis sa resort ay inaalo na siya ng binata dahil nagpapanic na siya. Nilingon niya ang nobyo na noo'y pinagmamasdan pala siya. He gave her an assuring smile and held her hand tightly.

"I'm very nervous, baby." Sabi niya sa binata.

Ginawaran siya ni Nathan ng halik sa labi sabay pisil sa baba niya at nginitian siya nito. "Don't worry, baby. You'll be fine and besides, matagal ka na nilang gustong makilala simula ng malaman nila na may girlfriend na ko."

"What if they don't like me at all?"

"Believe me, Alexa, gustong-gusto ka na nila para sa akin. Please don't get insecure. Mahal na mahal kita."

Buong pagmamahal niya itong tiningnan. "Thanks, Nathan. Mahal na mahal din kita." Humilig siya sa malapad nitong dibdib at kinabig siya palapit lalo dito.

HACIENDA SAMANIEGO. The place was breathtaking. Napapaligiran ito ng mga kabundukan at may sarili itong lake and mini-falls. Ang bahay ng mga Samaniego ay ala-Medeterrenian style. Malapit rin ito sa tabing-dagat. Nasa sa helicopter pa lang siya at natatanaw ang kabuuan ng hacienda ay humanga agad siya. She instantly loved the place!

Sakay sila sa Ford Expedition ng pamilya patungo sa bahay ng mga ito. Sinundo sila ng kambal na bunsong kapatid ng binata sa private airway ng hacienda at agad niyang nakasundo ang mga ito. Their names were Joshua and Jaymie, fraternal twins ang mga ito. Kahawig ni Nathan si Joshua at si Jaymie naman ay nakikitaan na ng kagandahan sa edad nitong disiotso. Kinulit agad siya nito tungkol sa pagiging fashion model niya. Gusto rin daw nito maging fashion designer and at the same time ay maging modelo rin. Ayon pa sa mga ito ay may isa pa silang kapatid na lalaki. Naiwan daw ito sa bahay at kaedad lamang niya.

Habang bumabyahe sila patungo sa bahay ay masaya silang nagkukuwentuhan. Walang nagawa si Nathan ng paggitnaan siya sa upuan ng kambal at ang binata ang naupo sa unahan ng sasakyan katabi ng driver. Naiinis ang nobyo niya sa mga kapatid.

"Kuya, naman. Don't be mad. Minsan lang naman kayo hindi magkatabi ni ate Alexa." Sabi ni Jaymie. "Buti nga at hindi pa nananawa sa presence mo si ate."

"Oo nga naman, kuya Nathan." Segunda ni Joshua. "Pwede bang mai-date si ate Alexa sa college ball namin? Para sikat ako kasi isang sikat na fashion model ang date ko."

Marahas na lumingon si Nathan kay Joshua. "No, you can't take her to your college ball, young man. Humanap ka na lang ng ibang idi-date. Understand?"

"Yes, kuya." Nangingiting sagot ni Joshua.

"Hay naku si kuya, talagang in-love nga. Sobrang possessive." Kantyaw naman ni Jaymie.

"Tumigil na kayong dalawa kundi ihohold ko mga allowances n'yo." Banta ni Nathan na tinawanan lamang ng dalawa. Apologetic namang tiningnan siya ng binata na binigyan naman niya ito ng isang matamis na ngiti.

ALEXA met the family of Nathan. Mainit naman siyang tinanggap ng mga ito. Nandoon din ang Auntie Sela nito. They prepared a sumptuous lunch. Asikasong-asikaso naman siya ng mga ito sa pagkain. Napakasaya ng tanghalian nila. Overwelmed na overwhelmed ang pakiramdam ng dalaga sa naging pagtanggap ng pamilya ng nobyo sa kanya. Nakilala na rin niya ang isa pang kapatid nito na si Tommy na kasing-edad niya. Sa kalagitnaan ng pananghalian nila ay hindi nila inaasahan ang ginawa ni Nathan. Kinuha nito ang atensyon ng lahat na ikinatahimik naman nila.

Bago magsalita ay tumikhim muna ito. "Before my grand announcement, I would like to give thanks to my family for all the love and support they had given me."

"Kuya, ano bang drama 'yan?" kantyaw ni Tommy kay Nathan. Nagtawanan naman sila.

Nginitian naman ni Nathan sila at tumayo ito sa kinauupuan nito. "Gusto ko lang malaman n'yong lahat na I'm very happy and in love and you all know why." Sabay tingin sa kanya at ginagap ang kanyang kamay. "Alexa baby, will you please stand up?"

Tumango naman siya at nang pagtayo niya ay hinapit naman siya nito palapit.

"Iho, ano bang announcement mo? Naiinip na kami." Sabi ng ama nito na si Don Gabriel.

Humarap sa kanya si Nathan at halatang kabado ito sa anumang gagawin nito. Napapabuntong-hininga ito at mataman siyang tinitigan.

"Nathan, are you okay?"

"Naku, hihimatayin pa yata ang pamangkin ko."

Nagulat siya ng biglang lumuhod sa harapan niya si Nathan na hawak pa rin ang isang kamay niya. Mula sa bulsa ng pantalon nito ay inilabas nito ang isang velvet box sabay bukas dito na ikinasinghap niya ng makita kung ano ang alam niyon. Napasinghap din ang pamilya nito sapagkat tumambad sa harapan nila ang isang engagement diamond eternal ring. She was speechless.

"Maria Margarita Alexandra Benedicto, will you take me in your life forever?"

"Oh my God, Nathan, I-I don't know what to say."

"Just say yes, baby."

"Yes, Nathaniel Samaniego, I will take you in my life forever." Sagot niya at tuluyan na siyang napaiyak. Tumayo naman si Nathan at niyakap siya ng mahigpit.

"I love you so much, baby!"

"I love you too, Nathan." Buong pagmamahal niyang tugon sa binata at pinagsaluhan nila ang isang matamis na halik sa harap ng pamilya nito.

Narinig nilang naghiyawan ang pamilya ng binata at nang tingnan nila ang mga ito ay napansin nilang nag-iiyakan ang butihing ina nito na si Dona Isabel at Auntie Sela. Tuwang-tuwa naman ang mga kapatid nito at halatang kilig na kilig si Jaymie.

"This calls for a celebration." Sabi ni Dona Isabel at nilapitan na sila ng buong pamilya upang mayakap sila sa labis ng katuwaan.

LATER that night, Alexa and Nathan were lounging at the Balinese-inspired open air cabana located few meters away from the main house. It has a private Jacuzzi overlooking the ocean. Alexa was beautiful in her white spaghetti strapped summer dress. He was wearing a white drawstring surfing shorts and white sando. They gazed lovingly with each other while sipping champagne. Pagkatapos ubusin ang laman ng kopita ay ibinaba niya ito sa bedside table at hinaplos ang pisngi ng nobya.

"I love you. Thank you for coming into my life." Kinuha nito ang kamay ng dalaga sabay halik sa mga ito "You're so beautiful."

"I love you too, Nathan."

"Nag-eenjoy ka ba dito?"

"Yes, enjoy na enjoy ako dito. The place is so relaxing. And I enjoy the company of your family. Ang babait nila sa akin."

Nahiga na rin siya sa tabi nito habang magkasiklop ang mga kamay nila. Iniunan naman niya ang kanyang ulo sa braso niya.

"In few months time, you'll be Mrs. Nathaniel Samaniego. And we'll be going to have children." Patagilid siyang humarap sa dalaga at dinampian niya ito ng halik sa labi. Pumaibabaw na siya sa dalaga at iniyakap naman nito ang mga braso sa leeg niya. Hindi nito naiwasang mapangiti ng maramdam ang kahandaan ng pagkalalaki niya.

"Nathan, don't tell me that we're going to make love in here? Baka may makakita sa atin. Nakakahiya." Nagbablush nitong sabi.

"Believe me. Walang makakakita at makakaistorbo sa atin." Pagkasabi niya ay bigla siyang tumayo at isinara ang mga kurtinang pantabing sa palibot ng naturang cabana.

Nagsisilbi itong tabing kung gusto magkaroon ng privacy ang taong gustong magpahinga ng solo. Tulad na lang ngayon, magsisilbi itong lovenest nilang magkasintahan. Matapos maisara ang mga kurtina ay tinabihan na uli niya ang dalaga. Kinubabawan niya ito at sinimulang damhin ng mga kamay niya ang kalambutan at kakinisan ng katawan nito. Heat slowly covering his body. He felt that Alexa is ready to accept him. He kissed her hungrily on her lips and start undressing her. He unhooked her bra and cupped her one breast. Napaungol ito ng paglaruan ng daliri niya ang tuktok niyon. He left her lips and started kissing her neck until his lips found her other breast. Napaliyad ang katawan nito ng simulang pagtuunan ng pansin ng bibig at dila niya ang nipple nito na tayong-tayo na. Naging abala naman ang mga kamay niya sa paggalugad sa pagitan ng mga hita nito. Lalong napaungol ito sa ginagawa niya. His lips left her breasts and traveled down to her navel. His tongue played with her navel and continues to travel down until he found her feminity.

Chapter 9

ALEXA felt Nathan's breath on her womanhood. She saw that he was staring on her own sex while playing it with his fingers and her face starts to become red. Nathan felt that she was looking at him and he gave her his dashing smile.

"You're beautiful, baby."

Lalo siyang namula sa tinuran nito. "You're staring at my…" Hindi niya maituloy ang sasabihin sapagkat sobrang kahihiyan. "Will you please stop staring at my… uhmm?"

Natawa ang nobyo sa kanya. "Can't help, baby, it's so beautiful and wet."

He stops playing with her womanhood and she didn't expect what he did next. He slowly kissed her womanhood and played with his tongue until he became aggressive in tasting her bud. Hindi niya mapigilang mapaungol ng malakas dahil sa ginagawa nito sa kanyang pagkababae. Patuloy pa rin nitong hinahagkan at pinaglalaruan ng dila ang kanyang pinakasensitibong parte ng katawan na lalong nagpainit sa katawan niya.

"Oh my God, Nathan…" Napapakagat-labi siya habang pabiling-biling ang kanyang ulo. Sa hindi inaasahan ay nakaramdam siya ng paglabas ng mainit na likido mula sa kanyang pagkababae tanda ng kanyang kasukdulan. Hindi rin niya napigilang mapasigaw dahil doon.

"Nathaniel!" Naramdaman niyang nag-angat ito ng mukha at nabungaran niya ang nakangiting mukha nito.

"You taste so sweet, baby." Sabi ng binata sa kanya. Tumayo ito sa harapan niya at napansin niyang naghuhumindig na ang pagkalalaki nito na bakat sa suot nitong surfing shorts. Bago pa ito makapaghubad ay lumuhod siya sa harapan nito na ikinagulat ng nobyo.

"What are you doing, baby?"

"I'm returning the pleasure you have given me moments ago." Sagot niya. Sinimulan na niyang kalasin ang pagkakatali ng suot nito. Tumambad agad sa kanya ang naghuhumindik na pagkalalaki nito sapagkat wala pala itong suot na briefs. He inhaled sharply when she held it with her bare hands and starts caressing his ultimate 'jewel'. After playing with her hands, she licked the tip of his manhood with her tongue. She heard him let a loud moan comes from his mouth.

"Baby, that is so good…Oohh, baby…" Hindi na nito nakayanan ang pleasure na ginagawa ng kanyang mga kamay at bibig kaya napaupo ito sa kama habang nakaluhod pa rin siya sa harapan nito. Napapatingala ito. Tumunghay sa kanya ang binata at pinagmamasdan ang ginagawa niya. Hindi rin nito napigilang haplusin ang buhok niya.

"Alexa baby, you're doing good…" Anas nito. Maya-maya pa ay naramdaman niyang iniangat nito ang mukha niya kaya napatigil siya sa ginagawa.

"Why?" nagtatakang tanong niya.

"I want to get inside you." Sabay haplos sa pisngi niya.

Dahil sa sinabi nito ay tumayo na siya at kumandong sa binata. Napaungol ito ng magdaiti ang kanilang kaselanan. She sits astride him. When he looked at her, she saw passion and desire. He wanted her so much! At dahil doon siya na ang kusang gumalaw sa ibabaw nito habang nakayakap ang mga braso niya sa leeg nito. Ang isang kamay ng binata ay nakayakap sa kanyang beywang at ang isa naman ay sumasapo sa isang dibdib niya. She felt his hard manhood caressing the walls of her feminity. He was deep inside her and she moves slowly first then faster and faster on top of him.

"Alexa, come with me!" He demanded rasply. "Come with me!"

"Yes, Nathan, I'm coming with you." She answered back. Dahil sa sobrang pagmamahal nila sa isa't-isa at sa sobrang kasidhian ay sabay nilang narating ang kasukdulan. She felt his hot liquid bursts into her womb. Ilang sandali pa bago sila bumalik sa huwisyo ngunit nakakandong pa rin siya sa binata. Niyakap siya ng mahigpit ng binata at ginawaran siya ng halik sa labi.

"Baby, I love you so much!".

"I love you too, Nathan."

Naramdam niyang iniangat siya nito at dahan-dahang inihiga sa kama at kinumutan siya. Nahiga rin ito sa tabi niya at sumukob sa kumot na nakabalot sa katawan niya. Niyakap naman siya nito at inihilig ang ulo sa dibdib niya. Hinaplos naman niya ang buhok nito. Unti-unti na ring lumulukob sa katawan niya ang pagod at nakakaramdam na siya ng antok.

"I'm so tired, baby." Sabi niya sa nobyo. Tiningala siya nito at ginawaran siya ng halik sa labi.

"Sleep tight, baby. Mahal na mahal kita." Sabi ng binata sa kanya.

"I love you too." Nilamon na nang antok ang diwa niya pagkatapos niyang sagutin ang binata.

ALEXA and Nathan went back to Manila after their two days stay with his family in Palawan. Abala uli silang dalawa sa kani-kanilang trabaho lalo na si Alexa. Balak na niyang tapusin ang mga natanguan niyang kontrata sa pagmomodelo sapagkat balak niyang magpahinga muna. She thought it's about time na pagtuunan naman niya ang pinaplano niyang business. She wants to be a successful career woman and at the same time a good wife to Nathan and loving mother to their kids. Kinikilig siya sa isiping 'yun at di niya maiwasang mapangiti sa naiisip niya. Bumalik lamang siya sa sarili ng sabay tumikhim ang kuya Albert at si Jolo. Kasama niya ang dalawa sa isang mamahaling Italian restaurant. Napatingin siya sa dalawa na di-mapigilang mapangiti.

"What? May problema ba?"

"Ang cute mo kasi pagnagdi-day dreaming ka, cous." Pang-aasar ni Jolo.

"So, inggit ka?" Sabay ismid at nilantakan uli ang paborito niyang Fettucini Alfredo.

"Sis, ang lakas mo 'atang kumain ngayon? Padalawang order mo na 'yan." Sita ng kapatid sa kanya pero mukhang aliw na aliw naman ito sa panonood sa pagkain niya. "Oorder pa ba ako ng isa?"

"Okay na ito, kuya. Pero ipag-take mo na lang ako ng dalawa." Dahil sa tinuran niya ay nasamid si Jolo.

"Alexa, sure ka? Di ba, bawal sa'yo ang kumain ng maraming carbohydrates?"

Napakibit-balikat lamang siya. "Sa gusto kong kumain eh."

"And Jolo, walang pakialaman sa trip." Sabad naman ng kapatid niya.

Nagkibit-balikat lamang si Jolo bilang pagtugon at nilantakan na lang uli niya ang paborito niyang pasta.

NATHAN has unexpected visitors that afternoon. It was his ex-fling Maryss and Jaime del Cielo, of all people. Nagtataka siya dahil magkasama ang dalawa at nakakaamoy siya ng panganib. Kapag ganoon ang ambience sa loob ng opisina niya ay hindi umaalis sa tabi niya ang kanyang sekretaryang si Linda. Nakaantabay ito sa anumang mangyayari. Napaka-pormal ng pakikiharap niya sa dalawa. Hindi na siya nagpaligoy-ligoy pa at tinanong agad niya kung ano ang pakay ng dalawa.

"What brought the two of you here?" Pormal na tanong niya sa dalawa at mataman na nakatingin siya sa mga ito. Tumikhim si Jaime at nabaling ang tingin niya dito.

"Actually, sinamahan ko lang si Maryss pumunta dito. By the way, kinakapatid ko siya because her father is my ninong. And may gusto siyang sabihin sa'yo."

Hindi niya nagustuhan ang paraan ng pag-ngisi nito sa huling binitawan na salita.

"What is it, Maryss?" Baling niya sa babae na hindi makadiretso ng tingin sa kanya. "Samaniego, be nice to her or else…" Banta ni Jaime sa kanya.

"Or else what?"

"Jaime, please." Sa wakas at nagsalita na rin si Maryss. "Hindi ko ito kaya. Umuwi na lang tayo."

Binalingan naman ng binata ang dalaga at pinigilan ito na makatayo mula sa kinauupuan. "Kung hindi mo kayang sabihin, ako ang magsasabi sa mayabang na ito." Sabi ni Jaime.

Natahimik naman ang babae at nagsimula ng humikbi. Tuluyan na rin siyang binalingan ni Jaime at galit na galit ito sa kanya. Hindi niya inaasahan ang mga sumunod na pahayag nito na ikinagimbal niya.

"She's three months pregnant, Samaniego! And you're the father of her child!" "What?!" Napatayo siya mula sa executive chair niya. "Are you sure about this, Maryss?"

Hindi naman makatingin sa kanya ang dalaga ngunit patuloy pa rin ito sa pag-iyak. Napatingin uli siya kay Jaime na mukhang nasisiyahan sa pangyayari.

"Why are you doing this, del Cielo?"

"Ganyan talaga ang buhay, Samaniego, una-unahan lang 'yan." Nakangising sagot ni Jaime. "Ano kaya ang mangyayari sa oras na malaman ito ni Alexa?"

Dahil sa pagkakabanggit ng pangalan ng kasintahan ay hindi niya napigilang manlumo. Napaupo siya at napahalukipkip. Hindi rin niya maiwasang malungkot at matakot sapagkat oras na malaman ito ni Alexa ay malamang na iwan siya ng dalaga.

"Ganyan nga, matakot ka." Natatawang sabi ni Jaime sa kanya. Binalingan nito si Maryss at inalalayang tumayo. "Let's go, Maryss."

Bago umalis ay nag-iwan ng malungkot na tingin ang babae sa kanya at naiwan na siyang naguguluhan.

"Nathan, iho…"Nag-aalalang tawag sa kanya ni Linda ng makabawi ito.

Tumingin siya ditto. "I don't want to lose Alexa…"

"Anong gagawin mo, iho? You should tell Alexa about the baby."

"I-I don't know what to do, Linda…" Turan na lamang niya. Naiwan silang dalawa na walang maisip na solusyon sa problemang dumating sa kanya.

ALEXA thought it was a happy ending between her and Nathan. But she was wrong. Hindi niya akalain na magagawa sa kanya ang ganoon ni Nathan. Ang masakit nito ay inilihim pa nito sa kanya and of all people, si Jaime pa ang nagsabi tungkol doon. Noong una ay hindi pa siya maniwala at naaalala pa n'ya ang naging pag-uusap nilang dalawa ni Jaime.

Nagulat siya ng makita niya si Jaime na naghihintay sa malaking bulwagan ng bahay nila. Kakaiba ang pagkakangiti nito ng batiin siya. At dahil doon ay hindi niya maiwasang saniban ng kaba at takot sa katawan. Napansin din niyang may kasama itong magandang babae na nakayuko. Nag-angat lang ito ng tingin ng makitang dumating siya. Napansin din niyang may takot siyang naaaninag sa mga mata nito.

"Kumusta, Jaime?" kaswal niyang tanong sa lalaki. "Napadalaw ka... kayo."

"I'm fine, very fine." Makahulugang sagot sa kanya ng binata. "By the way, I want you to meet Maryss, my god sister." Pagpapakilala nito sa babae na bahagyang ngumiti sa kanya. "Maryss, this is Alexa, Nathan's girlfriend and my ex-fiancee'."

Napaismid siya sa uri ng pagpapakilala nito sa kanya. Hindi na niya ito pinansin at kinamayan na lamang niya si Maryss.

"Anong kailangan mo, Jaime?" Naiinip na niyang tanong. "May kailangan ka ba? Kung hinahanap mo si Papa, wala pa siya. Magkasama sila ni mama ngayon."

"Ikaw talaga ang sadya ko, Alexa." Seryosong pagkakasabi ng lalaki. "Hindi na ako magpapaligoy-ligoy pa. By the way, si Maryss nga pala ang ex-girlfriend ni Nathan."

Nagulat siya sabay lingon sa babaeng hindi alam kung saan babaling ng paningin.

"What do you want, Jaime? Spill it!"

"Maryss is pregnant with Nathan's child!" Turan ni Jaime na ikinapanlamig ng buong katawan niya. Hindi siya nakakilos sa kinatatayuan niya. Para siyang pinagsakluban ng langit at lupa. Ipinikit niya ang kanyang mga mata at umaasang pagmulat niya ay panaginip lang ang lahat. Ngunit hindi nangyari iyon.

"Why are you doing this, Jaime?"Ssumbat niya. "Ginagantihan mo ba ako?"

"I care for you, Alexa. Kaya sinabi ko na agad sa'yo para hindi ka masyadong masaktan oras na sabihin sa'yo ni Nathan ang tungkol kay Maryss. Ilang araw na niyang alam na magkakaanak na siya. Hindi ba niya nabanggit sa'yo?"

Hindi niya sinagot si Jaime bagkus ay binalingan niya ang babae na umiiyak na. Gusto niyang palakpakan ang sarili sapagkat napigilan niyang mapaiyak sa harapan ng mga ito. Hanggang sa umalis sina Jaime at Maryss ay naiwan pa rin siya na nakatayo pa rin sa malawak na bulwagan ng kanilang mansion.

Hindi niya namalayan na nakarating na siya ng Tagaytay dala ang kanyang Ducati bike. Napatigil siya sa isang lugar doon kung saan ay tanaw na tanaw ang Taal Volcano. Dala na rin ng pagod at sa ibinalita ni Jaime ay hindi na niya maiwasang ilabas ang tunay na nararamdaman na kanina pa niya sinisikil. At doon ay malaya niyang inilabas ang kanyang galit at pagkaawa sa sarili sapagkat bago niya makausap si Jaime ay nalaman niyang nagdadalang-tao siya. Pinagbubuntis niya ang kambal na magiging anak nila ni Nathan. At dahil na rin sa kalagayan niya ay napaiyak na siya. Saksi ang tahimik na kapaligiran sa mga luha at sa impit niyang pagtangis.

NANG gabing iyon ay nagkakagulo na sa mansion ng mga Benedicto. Hindi nila malaman kung nasasaan si Alexa ng mga sandaling iyon. Dumating din ang mga magulang ni Nathan at alalang-alala rin ang mga ito. Frustrated na si Nathan sapagkat hindi pa rin matagpuan si Alexa ng mga pulis at private investigator na inupahan niya. Pinipilit niyang magpakatatag sapagkat kailangan niya ng lakas. Pero sa totoo lang ay mamamatay na siya sa sobrang takot. Hindi rin niya ma-contact ang cellphone ng dalaga. Nalaman lang niya na nawawala ang dalaga nang tawagan siya ni Albert kaninang alas-otso ng gabi. Akala ng huli ay magkasama silang dalawa.

It's already 12 midnight and wala pa ang dalaga! Nagsisimula na ring uminit ang ulo niya. Nasinghalan na niya kanina ang mga 'yon at pinakalma naman siya nina Albert at Jolo. Napansin na din niyang pareho ng umiiyak ang kani-kanilang mga ina habang inaalo ang mga ito ng mga asawa. Nakita rin niyang masinsinang kinakausap ni Albert at Jolo ang mga pulis at parehong nakatiim-bagang ang mga ito. Hindi niya makayanan ang mga eksena sa loob ng bahay kaya nagpasya siyang lumabas sa hardin at doon niya malayang pinakawalan ang mga luhang kanina pa niya pinipigil.

"Alexa baby, where are you?" Usal niya sa sarili. Biglang pumasok sa isipan niya na baka nalaman na nito ang tungkol kay Maryss. Imposibleng mangyari 'yun pero posible din. Ipinilig niya ang kanyang ulo para iwaglit sa isip niya ang tungkol doon. Maya-maya pa'y nakarinig na siya ng kaguluhan sa loob ng bahay kaya dali-dali siyang pumasok doon. Nakita agad niya ang dalaga na kararating lang. Pinagkakaguluhan ito ng buong pamilya at tinatanong ito kung saan nanggaling. Panay iling lang ang mga sagot ng dalaga. Hindi na siya nakatiis at dali-dali niyang nilapitan at niyakap ng mahigpit ang nobya.

"Oh my God, Alexa baby, thank God you're here!"

Agad niyang napansin na hindi man lamang gumanti ng yakap si Alexa. Nang tingnan niya ito ay nanlamig siya sa paraan ng pagkakatingin ng dalaga sa kanya. Napansin niyang may halong galit at lungkot ang mga mata nito. Namumugto rin ang mga mata nito na mukhang galing sa mahabang pag-iyak.

"Where have you been, Alexa?" maawtoridad na tanong ng ama nito. "Pinag-alala mo kami masyado."

"Fidel, huwag mo munang sitahin ang anak mo. Pagpahingahin muna natin siya." Sabi naman ni Dona Sofia.

"Oo nga naman, balae." Segunda naman ng mga magulang niya.

Napansin niyang naiirita na ang dalaga at namumutla na ito. Mukhang may sasabihin pa ito ngunit bago pa makapagsalita si Alexa ay nawalan na ito ng malay sa harapan nila na maagap naman niyang nasaklolohan bago pa ito bumagsak sa malamig na sahig.

Chapter 10

NAGMULAT ng mata si Alexa. Pakiramdam niya ay nanggaling siya sa isang mahabang pagtulog. Napansin niyang nasa sa sariling kuwarto na rin siya. Hindi niya maalala kung ano ang nangyari. Naramdaman din niyang may katabi siya sa kama. Pagbaling niya ay nakita niya si Nathan na mahimbing na natutulog habang yakap-yakap siya. Napagmasdan niya ang mukha ng binata at nagbalik lahat sa kanya. Hindi niya napigilang mapaiyak. Hinaplos niya ang pisngi ng binata at agad itong nagmulat ng mata. Relief ang nakita niyang lumarawan sa mukha nito ng makitang nagising na siya.

"Baby…" Sambit nito sabay yakap sa kanya ng mahigpit at maya-maya pa'y narinig niya ang impit nitong pag-iyak. "Akala ko kung ano nang nangyari sa'yo. Alalang-alala ako sa'yo."

Tumingin ito sa kanya ng buong pagmamahal. Umiwas naman siya ng tingin at kumalas mula sa pagkakayakap ng nobyo. Bumangon siya mula sa kama at tumayo siya sa tabi ng bintana. Patuloy pa rin siya sa pag-iyak. Naramdaman niyang nakalapit na si Nathan at niyakap siya mula sa likuran. Ginawaran siya ng halik sa buhok niya at alam niyang umiiyak pa rin ang nobyo.

Garalgal ang boses nito nang magsalita. "Is there something wrong?"

Napailing lamang siya. Nagtatalo kasi ang isip niya kung sasabihin niya kay Nathan ang nalaman. Natatakot siya para sa kanilang anak. Ayaw rin naman niyang papiliin si Nathan sa kanilang dalawa ni Maryss. Nag-ipon siya ng lakas at nagpasya siyang harapin ang binata. Nang humarap siya ay umiiyak pa rin ito at buong pagmamahal siyang pinagmasdan. Pinigilan niyang mapaiyak uli at tinitigan ito mata sa mata.

"Nathan, may inililihim ka ba sa akin?" Napansin niyang natigilan si Nathan at namutla sabay iwas ng tingin. Nagsimula nang bumangon ang galit sa kanyang dibdib lalo na ng tumanggi ito.

"I-I don't have any secrets to hide from you." Nauutal nitong sabi.

"Sigurado ka, Nathaniel?"

" I swear, baby. There's nothing to hide!"

"You're lying to me, Nathaniel!" Nanggigigil niyang sabi. "Jaime talked to me. And he's with your ex! And she's pregnant with you!"

"Alexa baby… I-I wa-want to tell you but…"

"But what? Kaya ba mas pinili mong ilihim sa akin ang tungkol kay Maryss, ha Nathaniel?" Napaiyak na siyang tuluyan sa harap nito. "Bakit mo ito nagawa sa akin?"

"I didn't mean to hurt you. I want to tell you pero humahanap ako ng time at lakas ng loob. Nito ko lamang nalaman na buntis daw si Maryss. Inaamin ko magkakilala kami. Masama mang sabihin but she's just a fling. Isang beses lang may nangyari sa amin." Paliwanag nito sa kanya at mukhang desperado na ito para mapaniwala siya nito. Ngunit sarado ang kanyang puso at isipan sa mga paliwanag sapagkat sobra siyang nasaktan.

"Umalis ka na, Nathaniel." Malamig niyang tugon.

"You don't believe me, don't you?" May hinanakit na tanong sa kanya ni Nathan. Hindi siya tumugon sa binata at nag-iwas siya ng tingin. Dahil doon ay bigla itong lumuhod sa harapan niya at yumapos sa kanyang baywang. Napahagulhol na rin ito ng iyak.

"Don't do this to me, Alexa."

"Nathaniel, please leave…" Mahinahon ngunit may galit ng kasama ang pakiusap niya sa nobyo. Dahil kapag hindi pa ito umalis ay natitiyak niyang bibigay ang puso niya. Mas pinili niyang magmatigas dahil ayaw na niyang kaawaan ang sarili, sobra pati siyang nasaktan. Tiningala siya ng nobyo na patuloy pa rin ang pagluha at nakatitig sa kanya ang mga mata nitong nagsusumamo.

"Alexa baby, please? Mahal na mahal kita."

"Nathaniel, please leave. I want to be alone." Tiningnan n'ya ito ng matalim at binaklas niya ang pagkakayakap nito sa kanya. Pinaka-defense mechanism niya ito para lumayo na sa kanya si Nathan kahit ang kapalit nito ay pagkadurog ng kanyang puso. "Kapag nagpumilit ka pa, Nathaniel, isinusumpa ko kakamuhian kita habang buhay!" Nagulantang naman ang binata sa tinuran niya. "Umalis ka na!"

Maya-maya pa'y tumayo na ito at bagsak ang mga balikat na humarap sa kanya. Pinanlamigan siya ng katawan ng makita ang poot at hinanakit sa mga mata nito.

"If that's what you want, aalis ako. But I swear to God, oras na maayos ko ang gulong ito, babalik ako at ibabalik kita sa buhay ko whether you like it or not! This time, ikaw ang masusunod but next time, ako na! Mahal na mahal kita, Alexa! I never loved a woman the way I have loved you!"

Pagkasabi nito ay tumalikod na ito at pabalabag na isinara ang pinto ng kanyang silid na halos ikabingi niya. Iyon na ang palatandaan na ito na ang huli nilang pagkikita ni Nathan. At dahil doon ay hindi na niya naiwasang mapaluha ng labis.

ARAW-ARAW niyang pinupuntahan si Alexa pero talagang pinagtataguan siya ng dalaga. Nahihirapan na siya sa sitwasyon nila. Mababaliw na siya sa kaiisip. Tinangka din niyang kausapin si Maryss ngunit sa tuwing kakausapin niya ito ay pinamumukha sa kanya na siya talaga ang ama ng batang pinagbubuntis nito. Hindi rin ito pumapayag na hindi niya pakakasalan ito.

Nalaman na rin ng pamilya niya ang tungkol kay Maryss nang magpunta ang huli sa kanila kasama uli ang sira-ulong Jaime na 'yon upang ipaalam ang kalagayan nito at nagalit ang mga ito sa kanya. They blame him about what happened especially to his relationship with Alexa. Pati mga kapatid niya ay disappointed sa nangyari. How he could be stupid? Now he can't even remember what happened between him and Maryss that fateful night. They were both drunk and hindi na rin niya alam kung gumamit nga siya ng proteksiyon o hindi. Yes, he was a merciless playboy those times pero nagbago ang lahat ng una niyang makita si Alexa. He knew she was the one kahit hindi pa niya ito nakikilala at nakikita in person.

And when he saw her na muntikan na niyang mabangga, doon niya napatunayang talagang mahal niya ang dalaga. God, he was hurting so badly! Nakarma na nga yata siya sa mga pinaggagawa niya noon. If he had one wish in his life right now is to be back in the arms of his beloved Alexa. Hindi na niya maiwasang mapaluha sapagkat miss na miss na niya ang dalaga. It was killing him for the past few days. Sa eksenang iyon siya naabutan ni Jolo na hindi na niya namalayang nakapasok sa opisina niya.

"You're fucking shit, man!" Naiiling na sabi sa kanya ni Jolo. "You look awful."

Mabilis niyang pinahid ang kanyang mga luha at diretsong tumingin sa kaibigan. "What are you doing here? I'm busy." Matabang niyang turan sa binata. Tila balewala naman dito ang sinabi niya at naupo pa ito sa silyang kaharap ng lamesa niya.

"Yeah right, busy moping for Alexa." Nang-aasar na sabi nito. "Ano, naayos mo na ba problema mo tungkol kay Maryss? I have a suggestion, ipa-DNA mo ang nasa sa sinapupunan niya para malaman mo kung sa iyo nga ang bata."

"What if sa akin nga ang bata? I can't marry Maryss but I will lend my financial support for the kid and marry Alexa. Kaso…" Di na niya naituloy ang sasabihin sapagkat naunahan na siya ni Jolo.

"Kaso ayaw namang pumayag ni Maryss na hindi mo siya pakasalan. Honestly speaking, pare, feel mo ba na talagang sa'yo ang bata? You know, lukso ng dugo sabi ng matatanda."

"I don't feel anything because what matter most is Alexa." Napabuntong-hininga siya sa pagkakabanggit sa pangalan ng dalaga. "How was she, Jolo? Is she fine?"

"I don't know how my cousin was. Hindi nagpapakita sa amin lalo na sa akin. I heard lately na hindi na tumitira sa bahay nila."

"Pinagtataguan din ako ni Alexa. Nag-aalala ako sa kanya." Malungkot niyang pahayag. "I miss her so bad, Jolo. She's my life and everything."

"Huwag kang susuko, Nathan. I'll help you."

"Thanks, pare." Malungkot na pahayag niya. May sasabihin pa sa kanya si Jolo ng biglang tumunog ang intercom niya at pumaalinlang ang boses ng sekretarya na. "Yes, Linda?" Iritadong tanong niya.

"Alexa's here."

"Papasukin mo na siya, Linda."

"So, I have to go now. My cousin's here."

Tumayo na si Jolo mula sa kinauupuan ng biglang bumukas ang pinto ng opisina niya at iniluwa doon si Alexa. Dali-dali niyang nilapitan ang kasintahan sabay yakap dito.

"Alexa…" Aniya.

"Nathaniel…"

Tumikhim si Jolo para makuha ang atensyon nilang dalawa. "Guys, I have to go." Paalam ng lalaki sa kanila sabay alis na ng opisina niya.

Binalingan na uli niya ng tingin ang kasintahan. Hindi niya napigilang haplusin ang mukha nito.

"I missed you so much."

HINDI napigilang mapaluha ni Alexa sa tinuran ng nobyo. Hindi niya alam kung paano sisimulan ang mga gusto niyang sabihin dito. Hindi rin niya alam kung paano siya magpapaalam sa kasintahan.

"Nathan…" Napahagulhol na lamang siya at hindi na niya napigilang mapayakap sa binata.

"Sshhh, baby… don't cry." Alo sa kanya ni Nathan. "Mahal na mahal kita."

NATHAN was overwelmed with so much happiness because Alexa was in his arms again. He looked at her with longiness in his eyes. Hindi niya napigilan ang sarili na siilin ng halik ang labi ng dalaga. How he wanted her and made love to her until they cannot even lift their fingers. After their kiss, he gathered her in his arms again.

"Nathan…"

He looked at her and noticed the sadness in her eyes. "I love you, baby. Miss na miss na kita. Para akong mamamatay nitong mga nagdaang araw na hindi kita makapiling. Masisiraan na ako ng bait. Let's start over again, Alexa."

ALEXA frozed when Nathan said the last words. How can he say that they can start over again gayung hindi pa nito nase-settle ang problema nito kay Maryss? Oo at mahal na mahal niya ang binata ngunit paano pa niya maibabalik uli ang tiwala n'ya kay Nathan. Gumuho na ang lahat dahil sa kagagawan nito. Hindi rin niya alam kung paano magpapaalam sa binata. Nahihirapan siya sa sitwasyon nila lalo na't nagmamakaawa na sa kanya ang kasintahan.

"Nathan, let's talk." She demanded. Tinalikuran niya ito at naupo siya sa couch na nasa sa kabilang bahagi ng opisina nito. Sumunod naman ito sa kanya at tinabihan siya ng binata. Ginagap agad nito ang kanyang dalawang kamay. "Anong plano mo sa ating dalawa?"

"I want us to get married as soon as possible." Pranka nitong sagot.

Nagulat siya sa sagot nito. "Y-you want us to get married? Anong plano sa magiging anak n'yo ni Maryss?"

"I'll lend financial support for the child. Hindi ko pababayaan ang bata."

"Kung ganun, bakit hindi si Maryss ang pakasalan mo?" Tinitigan siyang mabuti ni Nathan at buong tapang na tiningnan siya ng tuwid sa mga mata.

"Ikaw ang mahal ko, Alexa. Ikaw ang magiging ina ng mga magiging anak ko. Wala ng iba pa." Lumayo si Nathan sa kanya. Tumayo ito at nagtungo sa tabi ng bintana. Nakatanaw ito sa labas habang nakapamulsa sa pantaloon. Kahit nakatalikod na sa kanya ang binata ay ramdam na ramdam niya ang paghihirap nito. Tumayo siya at nilapitan si Nathan. Niyakap niya ito mula sa likod habang nakalapat ang pisngi niya sa malapad na likod nito. Naramdaman niyang hinawakan ng binata ang mga kamay niya na nakayakap dito. Bumuntong-hininga muna ito bago nagsalita. "Mahal na mahal kita, Alexa. Tatanggapin ko kung anuman ang magiging desisyon mo. Kung gusto mo munang lumayo sa akin, maiintindihan ko." Humarap si Nathan sa kanya at hinawakan siya sa kanyang mga balikat. "But I will make a promise that we will be together forever."

"Nathan..." usal niya. Idinampi ni Nathan sa kanyang mga labi ang daliri nito.

"Sshhh... you don't have to say anything. I understand." Garalgal na ang boses ng binata. "Ganun kita kamahal, Alexa." Tuluyan na itong napaiyak sa kanya. Kinabig siya nito at niyakap ng mahigpit.

"Nathan, hanggang kelan matatapos ang problemang ito?"

"Hi-hindi ko alam. I have to fix this." Tiningnan siya ng binata ng buong pagmamahal. "Can you wait, baby?"

"Of course, I can wait." Ngunit sa kaibuturan ng puso n'ya ay may pagdududa kung kaya nga n'yang maghintay. Mahal na mahal niya ang nobyo ngunit makakaya ba niyang magpaligaya sa piling nito habang may mga taong nasasaktan lalo na't may madadamay na isang inosenteng bata. Pero kung ganoon ang mangyayari, mabuti pang magpaubaya na lamang siya. Alam niyang mahirap pero kakayanin niya alang-alang sa magiging anak nila ni Nathan. At sa oras na lumaki at nagkaisip ang kanilang mga anak ay hindi niya hahayaang kamuhian ng mga ito ang kanilang ama. Ipapaliwanag niya sa mga ito kung bakit naging ganoon ang naging pasya ng daddy nila.

"Alexa, I love you." Sabi sa kanya ng binata sabay siil ng halik sa kanyang mga labi. "Let's make love…"

"Yes, Natha." Sabay yakap niya sa binata at pinangko na siya ni Nathan patungo sa private bedroom nito sa opisina. And for the last time, Alexa made love to Nathan like there's no tomorrow. Without Nathan's knowledge, she will be leaving him for the sake of their children. She knows that someday Nathan will forgive and understand her and maybe, he will thank her for what she did. Or maybe not…

Chapter 11

Five years later… Manhattan, New York

Alexa sighed again and again. It's been five years since she left the Philippines. Within those years, she lives in different states so that no one will find her and with the help of her agent, she lives peacefully in America. Her agent provided her a home to live in and a nanny to look for her children.

Speaking of her children, she went quietly to their room to know if they're already sleeping. She found her twins, Ashby Nathaniel and Ashley Nicole, sleeping peacefully.. Hindi niya maiwasang maiyak tuwing pagmamasdan niya ang kambal. Her little boy looked likes Nathaniel from head to toe. Pati pag-uugali, manang-mana sa ama nito. While his little girl, carbon copy naman niya pati pag-uugali. Nilapitan niya ang mga ito at isa-isang hinalikan niya sa noo.

Hindi niya maiwasang maalala ang nakaraan bago pa niya ianak ang mga ito. Before she gave birth to the twins, her family gave her a surprised visit when she was living in Salt Lake City, Utah. Ayon sa kanyang agent, hindi na nito nakayanan ang awa at pagka-guilty sa pamilya niya kaya nasabi nito kung nasasaan siya.

Noong una ay naglabas ng sama ng loob ang mga ito sa kanya sa ginawang paglilihim niya sa kanyang pagdadalang-tao. Pero sa banding huli naman ay naunawaan siya ng mga ito. Nangako naman ang mga ito lalo na si Jolo sa pakiusap niya na huwag ipaalam kay Nathan ang nangyari. Nakiusap na rin siya na huwag na siyang balitaan ng mga ito kahit anumang tungkol sa binata. Natitiyak niyang kinamumuhian siya ng binata hanggang sa oras na iyon sa ginawa niyang pag-iwan dito. Napabuntong-hininga na lamang siya at pilit na iniwaglit sa isipan niya ang bagay na iyon.

Again, she watched her twins before leaving their room. Paglabas niya ay naabutan niyang galing sa kusina ang nanny nila. She was very fond of this old lady, she's a half American-half Filipina. She smiled at her when she saw her.

"Can't sleep, huh?" May hawak-hawak itong isang tasa ng tsaa na malimit nitong inumin sa gabi.

"I just check the kids, nanny. How about you?"

"Can't sleep. It's freezing cold in my room." Natatawang sagot nito. Magwi-winter season na kasi sa New York kaya sobrang lamig ng panahon. "Nakapag-decide ka na ba kung uuwi kayo ng mga bata sa Pilipinas?"

"I'm still having doubts to go to the Philippines." Malungkot niyang turan. "Pero ang gusto ng family ko ay umuwi kami to spend our Christmas there. Hiniling nilang kami naman ang mag-Pasko at Bagong Taon doon."

"Bakit nga ba hindi mo sila pagbigyan, iha? Tutal naman, laging sila na lang ang pumupunta dito."

"I'm still afraid, nanny. Hindi ko pa kayang makita si Nathan."

"Iha, hindi habang buhay na magtatago ka na lang sa kanya. At sa laki ng Maynila, imposibleng magkita kayo ni Nathan. Malay mo, wala na rin siya sa Pilipinas. Malay mo rin na may sarili na rin siyang pamilya."

"Sabagay…" Sambit na lamang niya subalit hindi rin niyang maiwasang masaktan sa huling binanggit nito. "Sige, I'll think about it. Para rin naman ito sa pamilya at mga anak ko."

"I will go with you when you come home to the Philippines." Masayang sabi nito.

ALEXA was busy checking her staff's articles when her assistant entered her office, which is located at the 15th floor of the Empire

State Building. She was now the Fashion Editor of a prestigious fashion magazine that circulates not only in America but in the whole world. Her staffs are mostly half- blood Filipinos. Lena, her assistant, greeted her with a smile.

"Miss Alexa, there's someone waiting for you outside."

"Who is it, Lena?" Bago pa nakasagot si Lena kung sino ang bisita niya ay bumukas ang pinto ng opisina niya at iniluwa doon ang Kuya Albert niya. Nasorpresa siya sa pagbisita nito. "Kuya!" Sinalubong niya ito at hinalikan sa pisngi. Iniwan na sila ni Lena upang bigyan sila ng privacy. Hindi man lamang gumanti ng halik ang kapatid niyang iyon. "Kuya, what's wrong?"

Napabuntong-hininga ito. "Hanggang kelan mo ba itatago ang mga pamangkin ko sa ama nila?"

Nagulat siya sa tanong nito. Ngayon lang ito nagbukas ng ganung topic sa kanya. Ever since na nakiusap siya sa pamilya niya na ilihim ng mga ito kay Nathan ang kalagayan niya ay hindi na siya kinompronta pa ng mga ito.

"Kuya…"

"Alexa, lumalaki na ang mga anak mo. Hindi mo ba naiisip na dadating ang araw na magtatanong na sila about their father?"

"Actually, kuya, they're already asking me about their dad. I told them the truth and they understand. Ang wish lang nila sa akin ay makita nila si Nathan."

"So, ano'ng balak mo? Tawagan si Nathan at ipaalam sa kanya ang tungkol sa mga bata?"

"Hindi pa ako makapag-decide. Honestly, wala akong balak tawagan si Nathan. Ayaw kong makagulo pa sa kanila ni Maryss. Ang I know that he hated me so much sa ginawa kong pag-iwan sa kanya."

Napabuntong-hininga ito. "I have something to tell you, sis. Alam ko na ayaw mo nang makaalam pa ng tungkol kay Nathan. Pero ito lang ang masasabi ko at makinig ka sa akin."

Napatingin siya ng mataman dito. "About what, kuya?"

"Nathan's is not married to Maryss. He found out that the child is not his."

"What?" Nagulat siya sa rebelasyon ng kapatid niya. "Kanino ang bata?"

"Si Jaime ang tunay na ama ng bata. Pagkasilang pa lang ng bata ay ipina-DNA test na nina Nathan at Jolo ito. According to the DNA test, the blood of the child was matched to Jaime's."

"Oh my God!" Nanghihina siyang napaupo sa silyang malapit sa kanya at hindi niya maiwasang maiyak. "Bakit ngayon mo lang nasabi sa akin ang tungkol doon?"

"Ikaw ang may kagustuhan na i-shut off si Nathan sa buhay mo. After that, he tried to find you but you were nowhere to be found, Alexa. And until now, he's still longing for you and waiting for you."

"Mahal na mahal ko pa rin siya, kuya."

"Hangga't maaga, sis, bumalik ka na kay Nathan. Huwag ka ng mag-atubili pa. Hindi pa huli ang lahat, sis. Kung anuman ang mangyari, nandito lang kami nina papa at mama."

"Thanks, Kuya…"

NATHAN was in New York for sometime now. He has a business conference to attend to. He'll be staying for a week only. After a busy day, he found himself walking along Central Park. Madami pa ring taong namamasyal doon despite the day's weather. He found a bench to sit in and enjoyed the view in front of him. There were kids walking by na mukhang mga pre-schoolers. Maya-maya pa ay may nakakuha sa kanyang atensyon na dalawang bata, isang lalaki at isang babae, sapagkat biglang sumikdo ang puso niya. Magkahawak-kamay ang mga ito habang sinusundan ito ng isang matandang babae. Ibinalik niya ang pansin sa dalawang bata na cute na cute sa suot ng mga itong sweater at bonnet. They looked like twins. The three stop walking and seated on the bench across him. He watched intently the kids. Nahalata ng matandang babae na pinagmamasdan niya ang mga bata. Ngumiti ito sa kanya at itinuro siya. The kids looked and waved at him. He waved back. Hindi siya nagdalawang-isip na lapitan ang mga ito.

"Hello there, little ones!" Magiliw niyang bati.

"Hello there, mister!" Chorus na bati ng dalawa.

Binalingan niya ang matandang babae at nginitian ito. "Good afternoon, ma'am!"

"Good afternoon, young man." Magiliw na bati nito. "Looks like you were fond of my little ones, huh?"

"Yes, I am. By the way, I'm Nathan. I'm a Filipino. And you are?"

"Just call me Nanny Andrea. Half-American and half-Filipino naman ako." Biglang napa-isip ito. "Your name is Nathan?"

"Yes, nanny. Bakit po?"

"Oh nothing. It happened that I know a guy with a name like yours."

"Marami naman pong Nathan dito sa mundo." Napansin niyang pinagmamasdan din siya ng mga bata kaya ang ginawa niya ay kinausap niya ang mga ito. "What are your names?"

"My name is Ashby." Said the little boy. "And this is my twin Ashley." Tipid na ngumiti sa kanya ang batang babae.

"Mga alaga ko na sila since their mother gave birth to them. They are my family ever since." Kwento ni Nanny Andrea sa kanya. "How about you, young man? Ilan na anak mo?"

"Wala pa po akong asawa."

"I see."

Nang biglang nagsalita si Ashby ay nagulat sila sa tinuran nito. "Can you be our dad? Kapangalan n'yo po kasi dad namin."

Napansin niyang lumungkot ang anyo ng mga bata. Binalingan niya ang nanny ng mga ito. "Nasaan ang ama nila?"

"Nagkahiwalay sila nung mommy nila. Although, naipaliwanag na sa kanila ng kanilang ina ang naging sitwasyon ay hindi pa rin maiiwasang mag-asam sila na magkaroon ng ama."

"I see…" Sagot na lamang niya.

Nakarinig sila ng isang busina ng sasakyan. Nagliwanag ang mga anyo ng kambal.

"Nanny, naandyan na sundo natin!" Excited na sabi ng dalawa. "Pinasusundo na tayo ni mommy!"

Humarap sa kanya ang dalawa at ikinagulat niya ang ginawang pagyakap ng mga ito sa kanya. Gumanti siya ng yakap sa magkapatid at hindi niya inaasahan ang naramdaman niya sa kaibuturan ng kanyang puso. Bago kumalas ng yakap sa kanya ang mga bata ay binigyan siya ng mga ito ng halik sa pisngi. Ginulo naman niya ang buhok ng mga ito. Tumayo na siya at kinausap na uli ang nanny.

"Please take good care of the kids. Nice meeting you."

"Nice meeting you too, mister!"

"Iho, aalis na kami. See you around." Paalam nito sa kanya. Kumaway na rin sa kanya ang dalawang bata habang naglakad palayo ang mga ito. Bago sumakay ang mga ito sa sasakyan ay nilingon pa siya ni Ashby at nakita niya ang lungkot sa mga mata nito bagama't nakangiti. Napabuntong-hininga na lamang siya ng tuluyan ng mawala sa paningin niya ang sasakyan ng mga ito

Chapter 12

HINDI inaasahan ni Nathan ang naging pagkikita nila ni Albert sa New York. Nakita siya nito sa lobby ng hotel na tinutuluyan niya. Nagulat ito ng makita siya.

"Nathan, is that you?"

Ngumiti siya kay Albert at magiliw na binati niya ito. "Albert, kumusta? Long time, no see." Nagkamay silang dalawa at napansin niyang sumeryoso ang anyo nito. "What are you doing here?"

"I'm staying here and I-I'm visiting Alexa."

Parang bombang sumabog sa pandinig niya ang huling tinuran ni Albert. "Where is she, Albert? Dito rin ba sa hotel na ito siya nagi-stay?"

Albert shrugged. "She's not staying in this hotel. Actually, she's living here in New York for the past 3 years. Ang mabuti pa, let's have some coffee and sasabihin ko sa'yo lahat-lahat. Ito lang ang pakiusap ko sa'yo, Nathan."

"Ano 'yon, Albert?"

"Please listen well sa lahat ng sasabihin ko sa'yo. All I need is your understanding. Okay?"

Napatango siya. "Okay. So, let's go?"

"Let's go." Sabay nilang nilisan ang lobby ng hotel upang magtungo sa coffee shop na nasa sa hotel ding 'yun.

NATHAN extended his stay in New York. Habang nakatanaw sa buong Manhattan mula sa kanyang nirerentahang hotel suite ay panaka-naka siyang umiinom ng alak. Iniisip niya ang naging pag-uusap nila ni Albert. He was too happy and excited that Alexa will be in his arms again. Pero ang ikinasasama ng loob niya ay nang malaman niyang inilihim ni Alexa ang pagbubuntis nito sa kanya. Ipinaramdam sa kanya ni Alexa na walang siyang karapatan sa mga anak nila. Pumasok sa isip niya ang mga anak niya. Ayon kay Albert, ang anak nila ni Alexa ay kambal, isang lalaki at isang babae.

Naalala tuloy niya ang nakilala niyang kambal noong isang araw. Tiyak niyang magkakasing-edad ang mga ito. Ano kaya ang mangyayari kapag nakaharap na niya ang kanyang mag-iina? Hindi na siya makapaghintay pa! Hindi na rin niya mahintay ang bukas. Umisip ng plano si Albert kung paano n'ya makikita ang kanyang mag-iina. While in the coffee shop, Albert called Alexa to told her that he's planning to have lunch with her tomorrow. Tutal sinabi naman nito na tamang-tama at weekends naman at walang pasok ang mga bata. Agad naman daw pumayag si Alexa at nagsabi pa na doon na lang sa condo nito gawin ang lunch date nila. Nagpaalam din si Albert na kung puwede ito na magsama ng isang kaibigan. Pumayag din naman daw si Alexa. Napagkasunduan ng magkapatid na 11 am ay dapat naandoon na sila. Kaya heto siya ngayon, alas-dos na ng madaling araw ay gising pa siya. Hindi siya makatulog sapagkat excited na siya sa lunch date nila nina Alexa at ng mga anak niya.

ALEXA frozed when she saw Nathan standing on her doorway with her brother. Tension filled in the air when their eyes met. Mixed emotions ang nararamdaman niya ngayon. When Nathan looked at her, pagmamahal at galit ang naaninag niya sa mga mata nito. Nanlalamig siya sa paraan ng pagtitig ng lalaki. Umiwas siya ng tingin at ibinaling na lamang niya ang tingin sa kanyang kapatid.

Hindi niya magawang magalit sa kanyang kuya Albert sapagkat naiintindihan niya na kaya nagawa nito na isama si Nathan ay para sa mga anak niya. Para mawala ang tension na bumabalot sa paligid ay nagpasya na siyang papasukin ang mga ito. Naunang pumasok ang kapatid niya at dali-daling pinuntahan ang mga anak niya. Naiwan sila ni Nathan sa malaking sala ng kanyang condo.

"Alexa…"

Dahan-dahan siyang lumingon sa binata. "Nathan, kumusta?" Kaswal niyang tanong sa binata. "It's been a long time since we saw each other."

Nakapamaywang na si Nathan paharap sa kanya. "Yes, it's been a long time, Alexa." Seryosong sabi nito. "Kumusta ka na? Madami ka daw ibabalita sa akin. Lalo na ang tungkol sa mga anak natin."

"Nathan…"

"Why, Alexa?! Bakit mo inilihim sa akin ang nangyari sa'yo?!" nakatiim-bagang na sabi ni Nathan sa kanya. Napansin niyang nangingilid na rin ang mga luha nito. "You told me that you can wait until the problem with Maryss is done. Pero anong ginawa mo? You run away and hide from me. Ang masakit pa you shut me out of your life!"

Hindi na niya nakayanan ang paghulagpos ng sama ng loob ni Nathan. Napaiyak na siyang tuluyan at hindi n'ya alam kung paano magpapaliwanag at hihingi ng tawad sa dating kasintahan.

"Nathan…"

"What?!" Angil ng binata.

"I-I'm sorry…"

"The damage has been done, Alexa."

"What do you want me to do?"

"I-I don't know…" Napapailing na sagot ng binata. "Ang mahalaga sa akin ngayon ay ang makasama ko ang mga anak ko."

Naiintindihan niya si Nathaniel. Hindi niya alam kung kailan siya nito mapapatawad. Gagawin na lamang niya ang lahat lumambot lamang uli ang puso nito sa kanya. Nawala ang tension sa pagitan nilang dalawa ng dumating ang mga anak nila kasunod ang kanyang kuya Albert pati na rin si Nanny Andrea na halatang nagulat ng makita si Nathan pati mga anak niya ay natigilan din ng makita ang ama ng mga ito. Napansin din niyang natigilan si Nathan pagkakita sa mga ito.

Naka-kunot na ang noo niya ng magtanong siya sa mga ito. "Magkakakilala na ba kayo?"

Unang nakabawi ang Nanny Andrea nila. "Yes, iha. Na-meet na namin siya nung isang araw nung nagpunta kami sa Central Park. The kids asked him if he could be their dad."

Hindi niya maiwasang maluha sa sinabi ng matanda. Kaya ang ginawa niya ay pinalapit niya ang mga bata sa kanya. "Kids, I want you to meet your father." Iniharap niya ang dalawa sa ama ng mga ito. Agad na lumapit ang mga ito kay Nathan at yumapos agad sa leeg ng ama nang buhatin ang mga ito ng binata.

"Daddy!"

Hindi niya maiwasang maiyak sa eksena. Sabik na sabik ang mga anak nila na magkaroon ng ama. Nakita niyang umiiyak na rin si Nathan pati ang kambal. Inakbayan siya ng kanyang Kuya Albert ng mapansing umiiyak siya.

"It's over, sis…"

"Yes, it's over now." Sagot na lamang niya ngunit sa kaibuturan ng kanyang puso ay hindi niya alam kung kailan naman maaayos ang sa kanilang dalawa ni Nathan.

ALEXA came back from the conference room. Katatapos lang ng kanilang monthly meeting with their big bosses. May hang over pa siya sa meeting ng maramdaman niyang hindi lang siya nag-iisa sa office niya. When she look around, she saw Nathan sleeping peacefully in her office couch.

What is he doing here?

She calls her secretary Lena para tanungin kung bakit nito pinapasok si Nathan. According to Lena, kaya daw nito pinapasok si Nathan ay dahil ayon sa lalaki ay asawa naman niya ito. Napailing na lamang siya at pinalabas na uli niya si Lena. Nilapitan niya si Nathan at niyugyog niya ang balikat nito upang magising, Nagising naman agad ang binata at nginitian agad siya pagmulat nito.

"Hi, baby…" Naupo naman ito sa couch na halatang inaantok pa.

"What are you doing here?" Nakapamaywang na sabi niya sa binata.

"Binibisita kita. Masama ba?"

"Ba't hindi ka na lang sa bahay nagpunta para madalaw mga anak mo?"

"Nanggaling na ako dun kanina. Inihatid ko sila sa school." Usal ni Nathan. Bigla itong ngumiti ng nakakaloko. "Dinadalaw ko naman ngayon ang mommy nila." Hindi na siya nakapagsalita ng bigla siyang yapusin palapit dito. He rested his head on her belly. Gumapang agad ang init sa katawan niya. Naramdaman din niyang ilang beses ng napapabuntong-hininga si Nathan. She feels how they missed each other. Nagsalubong ang kanilang tingin at nang walang anu-ano ay pinaupo siya ng binata sa kandungan nito.

"Nathan..."

"God baby, I missed you so much..." Mahinang usal ni Nathan. Their lips met in a mind-blowing kiss. Hindi nila napigilang sabay mapaungol dulot ng sensasyong dala ng kanilang paghahalikan. Napansin din niyang nakayakap na rin ang mga braso niya sa leeg ng binata. Habang ang mga kamay naman ng mga binata ay marahang humahaplos sa hita niya. Matamang nakatingin sa kanya si Nathan. Pinagmasdan din niya ang guwapong mukha nito. She missed him so much!

"Alexa baby..."

"Yes, Nathan..."

"Can we start over again?" Kabado ngunit determindao si Nathan na magkabalikan uli silang dalawa. Kabado sapagkat alam niyang iniisip nito na baka ireject na naman niya. Determinado sapagkat alam nitong may damdamin pa rin siya para dito. "Alexa…"

Hindi na siya nagpatumpik-tumpik pa sapagkat kahit baliktarin man ang mundo ay ama pa rin ito ng mga anak niya. At higit sa lahat ay mahal na mahal pa rin niya si Nathan. "Yes, Nathan. Let's start over again."

Bumanaag agad sa mukha ng binata ang kasiyahan at mahigpit siya nitong niyakap. "Thanks, Alexa! I promise, I'll make you happy again, baby."

"Don't promise anything, Nathan. Let's just enjoy the moment."

"Of course, baby…"

And their lips meet again for a passionate kiss.

THAT night in her condo unit, hindi magkamayaw ang kasiyahan ng kanilang mga anak nang ipaalam nila sa mga ito na nagkabalikan na sila ng kanilang daddy. Even Nanny Andrea and his Kuya Albert suggested that they should get married as soon as possible. Maagap naman na sinagot ito ng binata na darating din sila sa puntong yun.

After dinner and while having their coffee, their kids can't get enough of their father.

"Dad, can you stay here permanently?" Sumamo ni Ashby.

"That's right, dad. Can you sleep here?" Sumamo din ni Ashley.

Nagkatinginan silang dalawa ni Nathan at biglang nabaling ang pansin ng kambal sa kaniya. Siya naman ang kinulit ng mga ito.

"Please, mom?"

Napabuntong-hininga siya. "If you're dad want to stay here with us, walang problema sa akin." Nginitian niya ang mga anak pati na rin si Nathan.

"Please, dad?"

Niyapos at hinalikan naman ni Nathan ang mga anak nila bago sinagot ang mga ito. "Of course, I can stay here as long as you want."

Naghumiyaw ang kanilang mga anak sa sagot ng ama. Hiniling ng mga ito na matulog ang binata sa kuwarto ng mga ito. Tango lang ng tango si Nathan sa kakulitan ng kambal.

NATHAN left his twins room because the two were already fallen asleep. Ang sarap-sarap ng pakiramdam niya ng sandaling iyon. Fulifilled na fulfilled na siya. Kompleto na ang buhay niya. He already found his family… a beautiful wife and wonderful kids. Kailangan na niyang makausap si Alexa at hindi na niya papatagalin pa ang bawat sandali sapagkat gusto na agad niyang mapakasalan ito para wala ng problema.

Agad siyang tumapat sa pinto ng kuwarto nito. Makikipag-usap siya ng masinsinan dito kung makakayanan niyang makapagpigil na angkinin ito. Napatawa siya sa isiping iyon. Napailing na lamang siya at hindi na nagdalawang isip na kumatok sa pinto nito. Pagkatapos niyang kumatok ay dahan-dahan siyang pumasok sa kuwarto nito. Nakita niya itong nahihimbing na at napansin niyang nakakalat pa ang papeles sa kama nito. Dahan-dahan niyang isinara ang pinto at nilapitan niya si Alexa. Pinagmasdan na niya muna ito at nakaramdam agad siya ng pananabik sa dalaga. Bago pa siya makagawa ng hindi maganda ay nagpasya na siyang gisingin si Alexa. Lumuhod siya sa tabi nito.

"Baby…" Bulong niya sa tainga nito. Nagulat ang dalaga at agad nagising ito. Napamulagat ito ng makitang nakatunghay siya dito.

"Nathan! Ang mga bata?"

Umupo siya sa tabi nito at iniharang niya ang dalawang braso niya sa magkabilang tabi nito. "Natutulog na sila."

"I-I see…" Namumulang sagot nito. "Uuwi ka na ba?"

Pilyong napangiti siya. "Will you let me go or will you let me stay?"

"Nathan…"

Tumayo siya at gumawi sa kabilang side ng kama. Nahiga siya habang nakasiklop ang kamay sa ibabaw ng tiyan niya. Namamanghang tiningnan siya ni Alexa. "I'll stay here, baby…whether you like it or not. Lilipat na ako dito bukas. Magche-check out lang ako sa hotel na tinutulyan ko para makuha ko na rin mga gamit ko."

"Are you sure?" Tila nalilitong tanong sa kanya ng dalaga.

"I'm sure, Alexa."

NATHAN was true to his words. Doon na nga ito tumira sa condo unit niya. Tuwang-tuwa naman ang mga bata. At nung natulog ito katabi siya ay ramdam niya ang pagtitimpi ng binata para lang 'wag maangkin siya.

Noong makalipat ito ay palaging doon ito nagpapalipas ng gabi sa kuwarto ng kanilang mga anak. Nakaramdam siya ng pangungulila sa binata. Nasa sa veranda siya ng kanilang condo unit ng maabutan siya ng binata. Halatang nagulat ito sa kanya ngunit agad din siyang nilapitan.

"Why are you still up, Alexa?"

"Can't sleep. Nagpapahangin lang ako sandali." Narinig niyang napabuntong-hininga ito. Nilingon niya ito at hindi niya maiwasang mag-blush ng makitang half-naked ito above the waist. He was only wearing his pyjama. Bago niya iniiwas ang tingin ay nakita niya napangiti ng pilyo ang binata.

"Matulog ka na. Okay lang ako dito. Papasok na rin ako maya-maya." Biglang nanayo ang mga balahibo niya ng bigla siyang yakapin nito mula sa likuran. He gently pressed his face against her hair.

"I miss you so much, baby…" Nathan hushed into her ear.

"I miss you too, Nathan…"

Pagkasabi niya noon ay dahan-dahan siyang iniharap ng binata. Hinaplos ni Nathan ang pisngi niya habang matamang nakatingin sa kanya. Nakipaglaban naman siya ng titigan sa binata.She felt Nathan's hands went to her back and waist.

"I love you, Alexa. Nothing's change for the past five years." Madamdaming sambit ni Nathan sa kanya. "Honestly, I want to hold a grudge on you but when I saw our kids, my hatred disappeared. Iniisip ko pa lamang na gantihan kita sa ginawa mong pang-iiwan sa akin, nasasaktan na agad ako."

"Nathan…I-I'm sorry for making you hate me. Natakot ako noon kaya lumayo agad ako sa'yo. Kung alam mo lamang ang naramdaman kong sakit nang iwan kita nung gabing huli tayong magkasama." Napahagulhol na siya at niyakap naman siya ni Nathan. "Patawarin mo sana ako sa lahat ng pasakit na ginawa ko sa'yo."

"I already forgive you. Patawarin mo rin ako, Alexa."

"Napatawad na kita noon pa. At mahal pa rin kita, Nathaniel Samaniego."

Bumakas sa mukha nito ang tuwa ng sabihin niyang mahal pa rin niya ito. Sa kasiyahang nadama ay bigla siya nitong siniil ng halik sa labi na malugod naman niyang tinugon. Maya-maya pa naramdaman niyang umangat siya mula sa sahig. Namalayan na lamang niyang pinangko siya ni Nathan at dinala na siya nito patungo sa silid niya na magiging silid na nilang dalawa simula ngayong gabi.

AFTER making love for there's like no tomorrow, they finally decided to rest. Alexa was resting her head on top of Nathan's arm while Nathan was embracing her. They were looking at each other with so much love. Nang biglang napangiti si Nathan.

"Ano'ng inginingiti mo d'yan?" tanong ni Alexa.

"Masayang-masaya lang ako kasi we're back in each others arms. Akala ko, hindi na dadating ang pagkakataong ito. Sayang, wala ako sa tabi mo habang ipinapanganak mo mga anak natin. I should have been there to support you."

"It's okay, Nathan. Kasalanan ko naman eh. I love you, Nathan..."

"And I love you too, Alexa...will you marry me?"

"Yes, I will marry you…"

They kissed and start to made love again.

AFTER a month, Nathan has so much happiness on this day because he was getting married to Alexa. Finally, the moment already arrived. He was now waiting his soon-to-be wife in front of the altar of Caleruega Church. He lovingly gazed Alexa while she's walking down the aisle on her beautiful wedding gown. Their twins were busy watching their mother and he saw admiration in their eyes.

When he took Alexa's hand, he can't resist himself to cry. He heard everyone sigh and both their families can't help but cry too. They went to the altar and both recited their vows with each other.

"I love you enough to fight for you, compromise for you and sacrifice myself for you if need be. Enough to miss you incredibly when we're apart, no matter what length of time it's for and regardless of the distance. Enough to believe in our relationship, to standby it through the worse of times. To have faith in our strength as a couple, and to never give up on us. Enough to spend on the rest of my life with you, be there for you when you need or want me, and never, ever want to leave you or live without you. I love you this much, Alexa..."

"And I love you that much too, Nathan..."

Wakas

Made in the USA
Monee, IL
18 August 2025

23636756R00083